Jayavardhunudu

Chilukuri Laxmipathi Shastri

ముస్తాబు. ఈ మొదలగు వాడుకలు కవిగారిని స్వతంత్రునిగా సూచించుచున్నవి. కథ రుచిరముగా కవిత్వము కథ కనుగుణముగా నుండఁజూచి యీ కావ్య మిట్లు తెనుఁగువారి కిచ్చిన శ్రీశాస్త్రిగారిని మనసార నమస్కరించుచున్నాను.

రాజమండ్రి
౪-౭-౧౯౪౯

మధునాపంతుల సత్యనారాయణశాస్త్రి.
అధ్యాపకులు
వీరేశలింగోన్నతపాఠశాల.

శ్రీరస్తు.

మనవి.

ఆర్యులారా!

ఈ జయవర్ధనకృతి నాకవితావల్లరిఁబూచిన తొలికుసుమము. దీని రచనాపద్ధతులను గూర్చి నే చెప్పికొనతగినంత విశేషము లేవియు లేవని యెఱుంగుదును. చెప్పదలంచుకొనను లేదు. దీన ప్రప్రథమ ప్రయత్న కృతం బగుట కొన్ని దోసంగు లేర్పడినవి. వాటి నెల్ల శ్రమ యని తలపోయక "కవితాభూషణ, విద్వత్కవిశేఖర" బ్రహ్మశ్రీ వెంపరాల సూర్యనారాయణశాస్త్రిగారు పరిష్కరించి చూపిరి. అయినను ముద్రణాదిదోషములు కొన్ని దిగజారినవి. అరసున్నలు బుద్ధిపూర్వకముగ విడచిపుచ్చితిని. అఖండయతులు కొన్ని వాడితిని. దీనిని పెద్దలు గ్రహింపకుందురుగాక! ఈవిషయములో నాయం దపారాదరముఁజూపిన శ్రీశాస్త్రిగారికిన్ని, నాయీ గ్రంథమందలి తమయభిప్రాయ మొసంగిన శ్రీ మధునాపంతుల సత్యనారాయణశాస్త్రిగారికిన్ని నా కృతజ్ఞతాపూర్వకవందనశతంబుల నర్పించుచున్నాను.

ఇట్లు, గ్రంథకర్త.

ఇష్టదేవతా ప్రార్థన.

శా. శ్రీ రమ్యంబగు వక్షమం దెసగ నా శేషాహి శయ్యావిశే
షా రాత్రింకరుఁడు న్దివాకరుఁడు నేత్రాభ న్దలిర్పంగ నా
క్షీరాంభోనిధి పవ్వళించుతలమై చెన్నొందు వెన్నుండు స
ద్ధారాళంబగు కూర్మి స్వర్గతుని మాతండ్రి న్కటాక్షించుతన్. 1.

మ. గణనాథుండు సమస్తకార్యచయవిఘ్నఘ్నుండు విద్యాదుల
న్గణనీయుండు నుమాసతీప్రియసుతుం గంజాతమార్తాండుఁడు
న్గణనాతీతుఁడు లేఖనాగ్రయమున న్దన్త్యాస్యుఁడైయొప్పు నా
రణకోలాహలకోపిదుండు కృతి సంరక్షింప బ్రార్థించెదన్. 2.

ఉ. వీణియ జేతబూని పతిపీనుల కింపుగ నైగమంబులన్
పాణితలాన నంటుచు నపారమృదూక్తిని బాడ నాజగ
త్ప్రాణపరాయణుండు సతి రాగముఁ బెంపున గౌఁగలింపగా
వాణియు నవ్వుచున్ తనకృపామృతదృష్టిని నన్ను గాంచుతన్. 3.

ఉ. గౌరివివాహవేళ శితికంఠుని హస్తము చేతఁ గొప్పు త
ద్ధారితనాగముం గనుచు భామిని భీతిలి, చాపుఁగొంటకై
చేరి "నమశ్శివాయ" యని సిగ్గిలు చేసతి భర్తృనామము
చా శమణీమణి న్గొలుతు నాదరమేదురబుద్ధిభాసన్. 4.

చ. కుముదిని రేణికి న్మగిని గోపకుమారకుముద్దురాణి మే
ల్కమలములన్వసించు కలకంఠి మనోజునిగన్నతల్లి యా
హిమగిరిరాజకన్యకకు నీడునుజోడగు బోటి [illegible]
కమల మదంబ నన్ను కృప గావగ నెప్పు [illegible] 5.

పూర్వకవిస్తుతి.

సీ. వల్మీకసంభవ వ్యాసభట్టారక
మునిచంద్రులను ముందు ముదముతోడ
శ్రీహర్షకవిరాజశేఖరుం డమరుక
భట్టి భోజుల జాల భక్తితోడ
కాళిదాసమయూరకాదంబరీకార
శంకరమాఘుల శ్రద్ధతోడ
భవభూతి భారవికవిచంద్రు బిల్హణు
నిత్యంబు నిర్మలనియతితోడ.

తే. గీ. మనమునందున నెంతేని మనవ జేసి
వీరి యపురూపభావనావీధి బట్టి
యరుగదలచెద నెంతేని నెరసు లున్న
దిద్దు డివె వందనములు సుధీంద్రులార! 1.

ఉ. ఎన్నుదు నాంధ్రసత్కవుల నెంతయు భక్తిని పూజ్యులైన యా
నన్నయభట్టు దిక్కకవి నాచనసోముని యెఱ్ఱనార్యునిన్
గ్రన్నన నైషధాదికృతికర్తను పెద్దన వీరభద్రసం
పన్నుల కూచిమంచికవిపార్థివు తిమ్మన రామకృష్ణులన్ 2.

చ. అతులితధారగల్గి యలరారెడు నేటి కవీంద్రులందు మేల్
స్తుతమతి యైన యాంధ్రకవిశేఖరు శ్రీపదకృష్ణమూర్తి యు
ప్రతిమవిశేషకల్పనల వ్రాసెను భారత మాదిగా పర
శ్శతవరగ్రంథరాజముల సత్కవి నాతని సన్నుతింపనే. 3.

ఉ. మెత్తని పాక మొప్పు నిట మేలని పెద్దలు మెచ్చి చూడగా
నుత్తమకావ్యముల్ సలిపి యున్నతకీర్తి గడించి మించి వి
ద్వత్తమసత్సభన్ శతవిధానవధానము లెంచి జూపు శ్రీ
మత్తిరుపత్యభిఖ్యు మతిమంతుని వేంకటశాస్త్రి నెన్నెదన్. 4

చ. నిరతసుఖాన్నదాతయును నిర్మలచిత్తయశోవిశారదుం
డురుతరభావశాలియు మహోత్తమశీలుడు పండితాళి నా

దరమున గారవించెడి బుధప్రవరుంఖు స్వకర్మనిష్ఠునన్
బఱగెను నాకు దండ్రి పరిపక్వపుణ్యావశంబు పెంపునన్. 5.

ఉ. పెద్దలయందు భక్తియును పన్నగయం దనురక్తి ధర్మమం
దగ్గులు లేనిసక్తి వెఱయుంబుజనేత్రునిపై విరక్తి పెం
పొద్దికగా ప్రశస్తి యనుశోభ్యము నాయనము స్వామిభక్తి యుం
కెద్దియొ యుక్తి గల్గు పిత కెంచుల కందవు? సూక్తిమార్గముల్.

తే. గీ. విధినిషేధకార్యంబుల విశదపఱచి
జ్ఞాన మిడజాలు గ్రంథసంస్కార మిచ్చి
పరుల సేవింప నక్కఱపాటులేని
శక్తి బ్రతుకగా జాలు నుపాధి నిచ్చె 6.

తే. గీ. నట్టి తండ్రియు నాచార్యు డైనవాని
నరయ చిలుకూరివంశవిఖ్యాతి కొక్క
నూతనకళ నిడిన యట్టి పూతచరితు
ఘనుని సూర్యప్రకాశశాస్త్రిని దలంతు. 7.

ఉ. రాత్రి యంచు నెంచక నవాతిథికైన నకు జాలి బుట్టు నా
రీతిని భర్తృసేవ లొనరింపుచు వచ్చెడిపోవువారికిన్
చాతురిమీఱగా మధురసంబుల సూచ్చెడి యన్నదాన మ
త్యాతతరీతి జేసి పరమార్థముగొన్న మదంబ నెన్నెదన్. 8.

ఉ. చండతరప్రభావిభవచాతుర శాబ్దము నందు సాహితీ
భండనమందున న్నెఱపి నానవదాటనమం బొనర్చి యు
ద్దండు లటంచు బేర్గనిన ఘన్యుల పుత్రుల గంటినమ్మ మా
ర్కండపురీవరంబ నుతరాజలక్ష్మి సదాపలంబమా. 9.

క. శ్రద్ధను కావ్యాదుల నే
యుద్ధవమునగాని జపుత [illegible] విద్యా
వృద్ధుల సత్కృప కవితా
సద్గతి నొక్కింత నేర్చి బహుళప్రాసిద్ధిన్. 10.

తప్పొప్పులు.

తప్పు.	ఒప్పు.	పేజీ.	పంక్తి.
చోటకును	చోటునకు	4	13
కకంణం	కంకణం	10	7
యమంగని	యెఱుంగని	,,	22
జారులు	బాణాలు	13	9
తుధి	మది	14	14
ముఖి	ముఖ	18	4
నోకించుక— పరిచయంబు	నోకించుక దనరు పరిచయంబు	21	15
జంత్రిముల	జంత్రిమ్ముల	22	8
యిది	యివి	28	4
భూమిని	భామిని	29	11
ఘాతములు	ఘాతముల	35	4
అంగుళీని	అంగుళిని	49	21
జహూకరించి	బహూకరించి	55	7
నెన్నడు గార వింతునో	నాతక గారవించునో	61	17
చాపి	జాపి	64	1
సమాశ్రిము	మాశ్రియము	66	23

జయవర్ధనుడు.

కథాప్రారంభము.

ప్రథమాశ్వాసము.

ఉ. అలరెడు పట్టణం బొకటి యార్యజనావృతపుణ్యభూమి నై
మలగెడి గౌతమీనదికి ముందల, చందనవృక్షశాఖలన్
లలితలతావితానములు రమ్యముగా బెనవైచి వీధులం
గలమగ క్రొత్తియంగ మొడిగట్టినదై కమలాపురం బనన్. 1.

ఉ. ఆపురగోపురప్రకరహర్మ్యసముచ్చితచంద్రకాంతకాం
తోపలజాలనిర్మితమహోత్తమచిత్రికశాలివైభవం
బేపుగ నెన్ని జెప్పుటకు నేమహనీయకవీంద్రులైన దా
నోపగు నేర్పుంగు దిశ హాస దటాచు విరాచు సుందరిన్. 2.

సీ. వేదార్థములయందు విధిజ్ఞులైన యొకటంచు
వేత్తలైన మణావరు విప్రవరులు
పరశురాముని మేటి పౌరుషవంతుడౌ
ధర్మంబు లేదంద్రు ధరణివిభులు
ధనదునిమించెడి ధనికులై యుండియు
ధనదులై యుండిరి వణిజులచట
హరిపూజలను జేసి హాలకర్మ మొనరించి
యులరుచుండెద రందు సంఘ్రిభవుల

తే. గీ. ఇట్టి జగదేకనుతి కాటపట్టురీతి
బఱఁగి వర్ణధర్మంబుల బట్టు విడక
కమల కావాసమై యెల్ల గతుల మించె
కమలలోచను పరిపూర్ణకరుణ వలసి. 3.

వ. ఆ పట్టణంబున.

ఉ. ఉండెను విష్ణువర్ధను డనూనధరామరవంశజాతు డా 4
ఖండలసంపద న్నళినగర్భజునీఁగు విద్య గల్గియు న
ఖండితసర్వము౦ గలుగు శాతరుపోలిక కుందుచుండు న
ఖండదురంతదుఃఖము గదా! కుల సంతతి లేనివారికిన్. 5.

ఉ. చేసెను లోకము లున్నతులు సేయఁగ నెట్టియొ పుణ్య మంచు నా
చేసినదానిక న్ఫలము చేకురదాయె నికేమి జేయు నా
భూసురవర్యుడు న్మదిని భూరివిచారము నూనియుండు నే
దోసము జేసి నేనెఱుగ తొల్లిటినుండి యిదేమి కర్మమో. 6

ఉ. అట్టుల విష్ణువర్ధనుఁడు స్వాంతమునందున దుఃఖసాగరం
బట్టిటు నీఁదుచుండ నపు డాతని పుణ్యఫలంబు పెంపున
న్నిట్టి యొకానొకండు చనుదెంచెను వాని గృహాంగణస్థిత
త్పట్టణరాజమార్గముఖవర్తితనై దపరాయుచుండఁ జేన్. 7.

సీ. నెఱి మీఱు రుద్రాక్షనీలకాంతిచ్ఛట
కాలకంఠత్వంబు లీల దెలుప
మెడయందు వ్రేలాడు నిడు పైన జడ లవ్వి
గంగాధరత్వంబు గరపుచుండ

సారంగచర్మసంసర్గ మెంతయు కృత్తి
వాసస్త్వముం దేటపరచుచుండ
భూతిలేపనరుచిస్ఫీతమౌ దేహంబు
ధవళదేహత్వ మెంతయును దెలుప.

తే. గీ. అక్షమాలను చేదాల్చి యక్షయముగ
జపము జేయుచు బ్రహ్మతేజంబు లొలుక
భూమి కేతెంచినట్టి శంభునకు బోలె
విష్ణువర్ధను గృహము జేరినేర మయ్యె. 8.

కం. ఎదురుగ జని భూమిసురుం
డడనం బగు భక్తితోడ నర్చన లిడి యా
ముదమున యతిని న్గోడ్కొని
సదిరాసనులపాలు నింట ఫక్తి భజించెన్. 9.

వ. తదనంతరంబున నాసరివ్రాజకుండు ముదితాంతరంగుండై విష్ణువర్ధ
నున కిట్లనియె.

కం. మెచ్చితి నీగుణగణముల
హెచ్చుగ సంతోష మయ్యె నయ్యెడ నుజనా
నచ్చింతాన్వయసంభవ!
యిచ్చెద నేదేని గోరు మిచ్ఛ నరేశా. 11.

వ. విష్ణువర్ధనుం డిట్లనియె. 12.

ఉ. పుట్టితి గొప్పవంశమున బొందితి సంపద లెన్నొ మీకృపన్
గట్టిగ శాస్త్రము ల్చదువగల్గితి జసతి నెన్నియేని యీ

ప్రట్టువసంబు నేకొంత బుద్ధికి దోపదు లోప మొక్కటేం
పృంగు ...కు ప్రతిశికులు ప్రట్టకపోదురా! యంచు కుందెదర్. 13

కం. మంత్రముననో, శుభకర మగు
తంత్రముననో దేని నొకటి తత్ఫలదానం
మంత్రణము జేసి చెల్పుక
మంత్రిజ్ఞా! వటికబాధ మలసగ సయ్యెన్.

వ. అని నేకవిధంబుల దేవులాడు విప్రవర్యుం గాంచి. 15

కం. అయ మెంచి యమ్మహాత్ముం
డయతోడుత నొక్క ఫలము ధరణీసురునకున్
దయచేసి దీని సడా
ప..తికి దిని విమ్ము కల్గు ..యుం డనుచున్. 16

కం. ఇచ్చియు ఫల మాకీలిపి
నచ్చిరచోటకును బోయె నయమున యతియున్
సచ్చారిత్రుండు దానిని
నుచ్చికతో ..లికి నిచ్చె మదనవతి కంతన్. 17

కం. ..ల వచ్చెను కులపతి కప్ప,
డెలమిని నేవిళ్ళు వొడమె నేసస్త్రవునన్
కలుగను మచి చి..ంబుగ
నె..మొగ నెమ్మోముము మిగుల వెలవెలబారెన్. 18

కం. నలు పయ్యె చూచుకంబులు
తళతళ చెక్కిళుల దోచె తన్వీమణికిన్

తిలకింప నభ్యో మధ్యం
బలపటయు నిన్ద్ర యధిక మాయెం గ్రిమమై. 19.

కం. నవమాసంబులు మోసెను
ప్రవిమలనక్షత్రయుక్తబలసంపత్తుల్
జీవ యుగు గ్రహములు గూడిన
దినమందున సుతుని గనియె తేజము లొలుకన్. 20

కం. బాలుం డంబమునందున
జాలున్ డిందుగ నొనర్ప చంద్రాదుల నా
జాలడె! యొక్కం డుట్టెకు
నేలా? పదివేలమంది యెడ్డియకొడుసుల్. 21

వ. అంత నబ్బాలకునకు విష్ణువర్ధనుం డత్యంతానందమున కవ
యుంపత్రి, విధ్యుక్తకర్మములు నిర్వర్తించి, సకలజనానందంబుగా
పుత్రోత్సవాదుల నెఱపి, భూసురోత్తములకత్యంతభూరిద
క్షిణాదుల నొసంగి, చేతోమోదంబున జయవర్ధనుం డను నామం
బిడి, కాలానుగుణ్యంబు లగు తత్కృతశైశవచేష్టల కానందించుచు
క్రమప్రకారంబున షడునాగ్రగణ్యుం డైన యాచిఱుతనికి విద్యా
రంభంబుం జేసి. 22

చ. క్రమముగ తండ్రి యాతనికి కాలము మించక చెప్పుచుండగ
న్నమకముతోడ బాలుకుండు తత్త్వము గ్రహియింపుచుం శా
స్త్రములను గొంత వేదమును సర్వములైన విదేశభాషల
న్ప్రిమదవు గొల్ప నిర్వవవత్సరమేగకె యబ్బె వానికిన్ 23.

ఉ. జ్యోతిషగానవిద్యల నజస్రము మానక వల్లె వేసి యా
వాతమహాప్రభావుడయి వర్ధల జొచ్చెడ కాలమందు సం

భూతనవీనయౌవనవిభూషణుఁడై దనరార బొల్చె న
ష్ఠాతముశీజనంబు 'సుమబాణుని బారికి లోగి వేగగన్. 24.

ఉ. ఆతని మోము గన్గొనుచు నాత్మల మెచ్చని వారు, మెచ్చి స్ని
స్మితమనోభవాస్త్రముల చేరిక నందని వారు, చేరియున్
చేతమునందు సిగ్గున గృశింపనివారు, తపింప నట్టివా
రాతని నప్పుడిన్ గనగరా రలు యంగజయానలందునన్. 25.

వ. అట్టియెడ నాతని పితరులు వైవాహికక్రియ నిర్వర్తింపవెంచునం
తలో ననేకసంబంధంబులు వచ్చితొందర జేయుచుండ నొక్కనా
డాజయవర్ధనుండు దనలో నిట్లని దలంచె. 26.

కం. పెండిలి యిప్పుడు నాకున్
గండంబుగ దోచుచుండె గారామునసో,
దండముననో మానరు గుది
బండ మెడకు తగులగట్ట మాతాపితరుల్. 27.

కం. అది జరిగిన నాకింకను
కదలగ నెట కేని వశమె? కావున నిప్పుడే
యదనుగద దేశ మెల్లను
ముదమున దరియించి చిత్రములు గనుగొనగన్. 28.

వ. అనుచు చింతించి దేశసంచారకుతూహలాయత్తమానసుండై యొక
కిం దెలుపకుండగ నాటిరాత్రియె పయనం బాయత్తపరచుకొని
భుజించి పవమానసమానయానం బగు గుఱ్ఱంబు నెక్కి యొంటిగ దేనిం
బోయె. 29.

ఉ. చూచుచు పర్వతావళుల జూచుచు బెక్కు నదీనదంబులన్
జూచుచు పట్టణంబులను సొంపగు గ్రామసమూహసంపదల్
జూచుచు చిత్రచిత్రముల చుట్టు మహాటవి యొప్పుచుండగన్
జూచెను మధ్యభాగమున చూతవనం బొకదానిఁ బోవుచున్. ౩౦.

మ. అచట న్వర్తిలుచుండె నొక్క చెరువందందు న్విలాసంబుగా
వచనంబు ల్వ్రాసి జెప్పుచున్ సతులకు న్వ్యాఖ్యార్థము ల్దెల్పుచున్
ఖచరంబు ల్కడు ముద్దులొల్లుటనొ యాఖద్యోతు డత్యంతము
న్విచలుండై గనుచుంట గాంచి జలజంబే నవ్వెదా నంతలోన్ 31.

చ. కనుగొని బ్రాహ్మణుం డచట కంజహితు న్విహగంబు న్నిగా
కనుతజలంబు డంబు నధికంబుగ మోదమునందు చాత్మలో
ననితరసాధ్యమై కడురయంబున బర్విడి బోవుచున్న వా
హనమును నిల్పి డిగ్గి వినయంబున సూర్యునిజూచి మ్రొక్కుచున్ 32.

వ. వచ్చి యాతటాకతటనిర్మితసోపానక్రమంబును, తత్రత్యచూతవిటపచ్ఛాయలును, తత్తటవినిర్మితనానామణిగణఖచితవేదికాంతరంబులును కనుగొని యాశ్చర్యావిష్టమనస్కుండై యింత దుర్గమారణ్యమధ్యమున కీశృంగారచేష్టార్హసరోవరం బెట్లు గల్గెనో యని యూహించి భీతావహుండై ముందట కనుగిడి తటాకమధ్యభాగంబున చిట్టిచిట్టియలలచే నిట్టట్టుల కదలింపంబడు జలజంబులును, తన్మృణాళంబుల చంచుపుటంబుల పటపట మనిపించుచు నటనట సంచరించు రాజహంసంబులును, రాజహంససమ్ముఖోద్భూతమృదుమధురశబ్దంబులును, మృదుమధురరవసందర్భవికసితచంచుచ్యుతబిసకిసలయసముదాయంబులును కనుంగొని యింతింతనరాని సంతసంబున దంతధావనాదికం బొనరించి శతపత్రంబుల గోయుచు రాజహం

సంబులం బట్టుచు గొంతవడి జలక్రీడందనిసి కూలంబు జేరి వలు
వల ధరియించి యార్ద్రవసనంబుల దడియారనార్పైచి పథిశ్రమ
వాయ నొండొకచో విశ్రమించె నిది యిట్లుండ. 33.

కం. అయ్యది చోరుల వాసం
బయ్యెడ వారెట్టి క్రూర మగు పను లైనన్
జయ్యన నిర్వర్తింతురు
కుయ్యిడ విడిపోరు రాతిగుండియ లగుటన్. 34.

కం. చెరబట్టుదు రయ్యెడ కుల
సరసిజలోచనల దెచ్చి సంబరపడుచున్
విరివిగ బాటల గొట్టుదు
రరువదిమైళ్లుండు నెట్టు లరసిన పురముల్ 35.

తే. గీ. అట్టి విపినాంతరంబున హాయి మేను
మరచి నిద్రించుచున్న బ్రాహ్మణుకు రాత్రి
పదియు నొకటైన మానదు నిదురపోవ
గలదె? నిద్రకు సుఖము నాకటికి రుచియు. 36.

ఉ. అంతట గొంతసేపటి కమాంతము మూర్ఖులు తస్కరుల్ రసా
లాంతరభాగమందున హయంబుల డిగ్గి పరిక్రమించి యా
ప్రాంతమునందు పండుకొని బాధసుషుప్తిని గొన్నవాని నం
తంతన జూచి యచ్చెరువు నందియు దోడన వారు క్రుద్ధులై. 37.

కం. ఎవ్వడ వోరీ నీ విటు
సవ్వడి లేకుండ వచ్చి శయనించితివా!

ఇవ్విపినంబున గల నను
వ్యర్థవిధినో రూపు మాప నెంచితివటరా! 38.

తే. గీ. అనుచు నాలోచించుచుండె దేని యవని పుత్రుఁడు
జయుని చుట్టను దొర ఖడ్గయుతులైన
చోరులను గాంచి భయ మంది శూన్యహృదయు
డగుచు నంత కొంతకు తెల్వి నంది మదిని. 39.

కం. నియమములు నెఱవేర్చితి యో
పయకోవిదుండ! గొనుము నాదు కమమ్ముల్
నను నిర్హేతుకముగ నా
పయి బరపగ దలప నెట్లు వలసి యందున్. 40.

ఉ. ఏ నది కోరియే యిచటి కిట్టుల వచ్చితి నింతకంటె నా
మానసమందు కోర్కె యొకమాత్రము లేదని నమ్ముడీ ననున్
మానక చంపివేయు డిక మామకకష్టము లుండవం చనన్
మేనులు ఝల్లుమం చనియె మించిన జాలిని తస్కరాళికిన్. 41.

వ. అట్లు జాలి గని తస్కరు లెల్లరు తమ కత్తుల దించి ఏమి నాయనా!
నీ వెవ్వడివాడవు? ఏల యిట్లు వచ్చితివి? నీ కష్టంబు లెట్టివి? నీకీ
విరక్తి యెట్లుగ జనించె? నిన్ను నిర్హేతుకముగ జంపెడి పాపసు
లము గాము. నీదు వృత్తాంతము సవిస్తరంబుగ వాకొల్పుమనుచు-
జయవర్ధనుండు సమయోచితంబుగ వారికి కరుణ కల్గునట్లుగ తన
వృత్తాంతంబు గల్పించి చెప్ప, చోరులు వాస్తవ మని నమ్మి యాతని
చేత దమ యునికి నొరులకు జెప్పకుండునట్లు ప్రమాణంబు చేయిం
చుకొని, వాని వద్ద నున్న వసువస్త్రాదికంబుల లాగికొని, జీర్ణవస్త్రం
బుల ధరియింప నిచ్చి, కన్నులకు గంతలం గట్టి, గుజ్జంబునయిం

గూర్చుండబెట్టుకొని, ఒక గంటయైనను గాకుండగ నావిపినబహి
ప్రదేశమున దించి, యదృశ్యం బాయె. 42.

కం. జయవర్ధను డాదాన్విని
నయనాలను గోచరింప నగని పున్నట్టిన్
పయనించి పోయి యట నొక
హయశాలా యరుంగుపయి రవంత యొరగఁగన్. 43

తే. గీ. కకంణాం బని యాపురి ఖ్యాతి కెక్కు-
నాత్మయాగ్వ్రజు పెంచు సమూర్ఖదీపాంగు
పసపుభగ్యంబు చేతయై బరగు దాసి
కతని కైకైకపుత్రిక యలరు నొకతె. 44

కం. హేమారుణ యను నామం
బాముద్దులబాల కొప్పు నన్వర్థంబై
హేమమున్న వంక లెన్నుచు
హేమించెడి తనువు గల్గి హెచ్చై యుంటన్. 45.

ఉ. మందురచెంతనే వెలయు మందిర మొండొక టింపుమీరి పౌ
రందరనందనాంఘ్రియుగరాగనిశాంతము వై జయంతముక్
కిం దొనరింపజాలు రుచికిన్ తగు తా వయి మున్న పుత్రికై
కందళితాంతరంగు డయి కంకణనేత రచింపజేయగన్. 46.

ఉ. అంతట ప్రాంతసౌధశిఖరాంతవిలంబితరజ్జు నూని సీ
మంతిని యొర్తు భూతలికి సాసముతో డిగి వచ్చుచుండె నా
వింతను జూచుచు జ్జయుడు విభ్రమమందుచు నుండ సంతలో
నింతియు జేరవచ్చి నట కేమి యరుంగవియట్లు లాతనున్. 47.

వ. గాఢనిద్రాపరవశునివలె నటియించుచుండు నంతలోన నయ్యబ్జ
వదనయు,

కం. చేతను పెన్నుగ దట్టుచు
నే తెమ్మిక లెమ్ము! లెమ్ము! యింక నలంచున్
భీతిని మెల్లగ బల్కుచు
నాతతజవమైన యొక్క యశ్వము జూపెన్. 49.

తే. గీ. చూపి యద్దాని సరిపోల నోపు నొక్క-
హయము నెక్కి లతాంగి ముం దరుగజొచ్చె
నేమి యిది యేమి యంచు నొకించుకైన
పృచ్ఛ జేయక దానెక్కె విప్రవరుఁడు. 50.

కం. ఆకాంత యా ద్విజన్ముం
డేకరణిని యున్నవారో! యెవ్వరో! వీరం
చాకలనము జేయుట యన
చేకూరనియట్టులుండె జీకట్లపుడున్. 51.

తే. గీ. ఎక్కి యట్లుఁగ కొంతదవ్వేగ నపుడు
జయుని మనమున కెంతో సందియము వొడమి
మెల్లగా నేదో పలుకబో, పల్లవోష్ఠి
యనియె నాతని పల్కున కడ్డు వొచ్చి. 52.

తే. గీ. తొ ప్రియాలాపల భాషింప తొం దరేమి?
లోసు లన్న నెరుంగవే కాసు లనుచు
లేనిపోనివి కల్పింతురు హాని కల్లు
నందుచే మల్లెపూతోట కరుగవలెఁ. 53.

వ. అచ్చట చెలికత్తెల వద్దన నుంచియుంటినికావున కొంచెపు మాలస్య
ముగ నే నింటి కేతెంచినను జలక్రీడార్థ మరిగితి నని లోకులునను,
తలిదండ్రులును భావింతురని యిట్టి సాంకేతికస్థలం బేర్పరచితి నని
నెమ్మదిగ నా సారసగంధి పల్కుటయును, 54.

తే. నాపె మీ బాల యెవరినో వలచి. వలచి
నన్ను వానిగ భావించె నంచు నోచు
ఎంత కుందునో సత్యమ్ము నెరిగి పిదప
పై నగతి యెట్టులుండునో తలపదగమె? 55.

ఆ. చిత్ర మగును నాచరిత్రమ్ము దలపగ
చచ్చి బ్రతికినాడ మ్రుచ్చులకును
జిక్కి దైవ మేమి చేయంగ నున్నదో
యని విచారమగ్నుడై యతండు. 56.

వ. కొంత దూరం బరుగునంతలో వెంబడి పడి వెత్తుకొని వచ్చు గుఱ్ఱా
బుల పదధ్వనులు వీనులం బడుటయు నాలకించి, యాయతిగామినన్న
గుండెయు లవియ, మన వెన్నంటి వచ్చెడి గుఱ్ఱపుదళము పాటచ్చ
రులని దోచెడిని, పట్టుపడుదుమేని ప్రాణహాని యగునని దన
వాహనంబు నత్యంతవేగంబునం బర్వెత్తించుటయు, నా జయవర్ధ
నుండును తత్ప్రకారంబు ననుసరింప, వెన్నాడు రౌతులు వీరి
జాడల దూరాన నుండి గన్పట్టి తమ వాహనంబులకుం బని కల్పిం
చుటయు, వీరిరువురును కర్తవ్యతామూఢులై వారువంబులు గొం
పోయినకై వడి వాయువేగంబునం బారజొచ్చిరి. చోరులును తెల
తెలవారువరకును వీరల వెంబడించియును ప్రయోజనంబుం గానక
యథేచ్ఛం జనిరి. 57

ఉ. అంతట మానినీమణియు నమ్మయ! దాటితి మంచు బల్కు నా
ర్యాంతర మందు నున్న జయవర్ధను గన్గొని యమ్మహో! యటం
చెంతయు నార్చి నేలబడ, నేమియు దోచక బ్రాహ్మణుండు నా
పొంతనె యున్న నీరముల బోసెను నాసిట దెచ్చి మోముపైన్.

ఉ. పోయుచు నామె నెమ్మొగము పోడిమి గన్గొని వాడియైన యా
కాయజు బాణపూతముల గంటువడన్ మనమెల్ల నా జయుం
డాయపురూపసు … గను నారసి … గరంగుచున్
హాయిగ మాని బ్రహ్మ మటు లాత్మ దలంచెను నిశ్చలాత్ముడై 59

చ. జడ యని కేశపాశ మని జారులు కొందరు పంచకీశపుం
నిడుపగుపంక్తి యం చనగనేర్తురు నే ననుకొందు దీనిని
వడివడిగా విధుంతుదుడు పార్వణచంద్రుని బింబమంచు నీ
పడతుక నెమ్మొగంబు గని వచ్చి పలంబడె నంచు నెన్నగన్. 60.

ఉ. అబ్జము దీని మో మనెదమా! యది చంద్రుని గోడి వాడు. నా
యబ్జుడె కల్వచాన విరహంబున గ్రొవ్వగజాల కుక్షిపై
కంబదళాయతాక్షి రుచిరాననమై చనుదెంచె నాదమా
కుబ్జత కృష్ణపక్షమునం గుందుచు డిందెడె యుల్లసిల్లనన్. 61

చ. ఇల నుపమానము ల్పలికి తీర్పుగ బల్కిన నెల్లవస్తువుల్
లలితను బోలు నచ్చుపడరావని నాహృదయంబు జెప్పుటన్
మలగియు నేమిచేయుటకు మామకబుద్ధి స్ఫురింపకన్యమ
త్కలువ రెయొకంటె ముక్కలికి కన్నులకెడని యెట్లొ యెంచెదన్. 62.

ఉ. నాసికతోడ బోలుటకు నర్మిలి జేసి తపించి తొల్త నం
దాసను బూని మాతిలలతాంతము సిగ్గును గాంచి యంత నా

శ్వాసము వండి "ఊరితువ" వంచిన శీర్షము నెత్త్ర దాయె నా
హా! సరివారిలో నలతినై ఘనువారికి నిట్టు లౌ గదా. 63.

ఉ. పల్లవతుల్యమైన చెలి పాటలవర్ణ సధరంబు కాంతులన్
దెల్లని దంతపంక్తి రుచి ధీరత వ్రేక్కి నటించుచుండగా
జెల్లును విద్రుమంబున ఖచించిన ముత్తపుజాలసంగ, సం
ఫుల్లసరోజనేత్రి స్మితముల్ బొసరించెడి భాగ్య మబ్బుచున్. 64.

వ. అని కొంతవడికి తెల్విం గని మనమున నిట్లని తలంచె. 65.

తే. గీ. ఏమేమో యిటులను పం
భామామణి గాంచి దురితపాకమునందున్
మామకచిత్తము దిగవడె
నేమందు జితేంద్రియత్వ మేటం గల సిన్ 66.

కం. పరకాంతల వల్లులవలె
పరధనముల లోష్ఠములుగ బరసుఖదుఃఖ
స్ఫురణములు [illegible] సుత్రి
నరుడెడి నేనేల యిట్టులైతినో! యకట! 67.

శా. ఏమోగాని మదీయమానసము తత్స్వాంతస్థమై [illegible]
నీమంబు వ్రీడసాదుచున్నయది, దీనింబట్టి [illegible] సంగ పి
భామారత్న మనన్య యంచనుచు సంభావింపు హృద్వల్లభుల్
పారిమార్జ్యంబు వహించు సందియము సం[illegible] ప్తింప [illegible] కన్.

వ. అని తలంచి పట్టరాని తమకమ్మున నగ్రమ్మున. 69.

ఉ. బొడ్డనబావిగాఁ బొలఁతి బొడ్డును భావనజేసి చీమ లా
గొడ్డున జేరగా నెంచి యొయ్యన డీనబాహుగా తలం
పొడ్డకుమా మనంబ! యిది యుగ్మలి కొప్పెడి నారుపారుజు
న్మజ్జియనా? [illegible] జనుగ నేగకు [illegible] బుద్ధిశాలికిన్. 70.

ఉ. బంగరుబొంగరాల పరిపాటి చనుంగవ తోఁపసివేయు నో
నంగన సైకతోరుకటి యాగక నింగికి గెంటుచుండ నా
సంగరమందున న్విలువజాలక నుష్యము మాయ మయ్యె నీ
యంగన కంటు నెంచెన మదాత్మ దలిర్పగ చింత జేయుచున్. 71.

ఉ. రంభ సృజించి దా నొకటె లాతుశికుం డని యెంచి గర్వసం
రంభము బూనియున్న యజు రాజసబుద్ధిని దూలజేయగా
శంభుని వైరి యీతరుణి జక్కఁగ దా రచియించె లేనిచో
సంభవ మౌనె యూరులు పసందుగ నిందుముఖీలలామకున్. 72.

తే. గీ. చంద్రు ఘాటికి నోర్వంగ శక్తి లేక
కోకనదములు యోజించి కూడి మాడి
చంద్రిముఖి మోము నిజముగా చంద్రుడనుచు
దలచి పదరూపమై కొల్వ వచ్చెనేమొ. 73.

వ ఇట్లుగ నాపృథివీసురుండు మదనవేదనాదోధూయమానమానసుండై యుండ నంతలో నక్కాంత తెల్విం గని, దురంతచింతాకులితస్వాంతయై, మలినీకృతసర్వాంగుండును, పేశలశ్వాసవ్యావసనధారుండునునై, చిగురుగప్పిన నిప్పుచందంబున నొప్పు నప్పుడమిదేవుం గనుంగొని, యేవము నంది, వాని యాననము నాలోకింపక పలుక నొల్లక నల్లన దురపిల్లుచు, నాపల్లవపాణి మావల్లభు దూగిదూరి, కొండొకవడి కిట్లు దలపోసె.

ఉ. నాకును మంత్రిసూనునకు నెమ్మలి మైత్రి మదేల? యబ్బ బో
షేసువ రందకుండ యిటు దెప్పరమౌ మతి వానికేల? నే
వ్యాకుల మంద నేల? యిటు లంతిపురి న్విడి వచ్చుటేల? సి
ప్రాకృతు జేరనేల? యిది ప్రాక్తనపాపఫలంబె గావలెన్. 75

ఉ. ఇంటికి బోదునా, జనులు నెంతయు వింతగ నాడిపోదు రే
యింటికి నోపమి న్నితరు లాత్మలయందున నీచభావముల్
నెంటన గాంతు రంచనుచు వేడగ పెక్కుగ నేల? యటంచు దా
కంటికి మంటికిం గలియుచున్ వడి నేడ్చె లతాంగి చెంగటన్. 76.

శా. ఏయేపాపములన్ పురాజన్మమం దేజేసినానో కదా
నాయీదుష్కృల మంతయున్ కుడువకుండన్ తీరు టెట్లౌ నొకో
నాయంభోజభవుండు గాని తరమే, యాపాతినానాభవ
వ్యాయామంబుల నైన పాపసుకృతప్రాబల్యముల్ పొందకన్. 77.

కం. పుట్టిన వెల్లను గిట్టును
గిట్టిన ప్రాణులును మరల గిరికొని యిలలో
పుట్టక మానునె! యిక నే
పట్టున గిట్టంగ దలప ఫల మే మందున్. 78.

తే. గీ. బ్రతికి యుండిన శుభముల బడయవచ్చు
ననెడి నార్యుల వాక్కు లనాదృతములె?
ఆత్మహత్యను జేకొన నఘముకాదె
యనుచు చింతించి యెట్టకే నతివమిన్న. 79.

కం. ముంచిన తెల్పిన ప్రాగ్జని -
సంచితమే హేతు వౌట జనియెగ నది యే

గించిన గతి. జేసివచ్చిన
ధరించుకొనగలేనె! గనము తోడ్తో ధృతింగో. 80.

వ. అనుచు చింతించి నిశ్చయముఖంబున నామె యుంచి బ్రాహ్మణుం
డనుసరిసరంబులం దిరిగి దంతకాష్ఠంబుల కొన్ని ఫలంబుల సేకరించు
కొని వచ్చి, కొన్నిటి నామెముందఱం బెట్ట నామెయు వాని నుపయోగ
పరచి యుత్తరకర్తవ్యం బేమి? యని యడుగుచాలివోలెనిలువబడు
టయు నామదవతిం బల్కరించుట యనుచితమని నిర్ణయించుకొనిన
యాజయవర్ధనుండు సమాధానంబుపగిది హయంబు నధిరోహించె.
అంతట నామెయు తదనుసారిణి యాయె నట్లు బోవం బోవ. 81.

తే. గీ. ఉభయతటముల నొరయుచు నొప్పి లీల
సుడుల బాఱుచు నొయ్యారినడక లలర
భర్త గూడెడి తమకాన బఱగు నొక్క
దానదిని వారు గాంచిరి దారి చనుచు. 82.

చ. కనుగొని సంతసించి పదిక్రై కరము ల్మొకిళించి మ్రొక్కి రే
వును దరిజేరి నావపయి పూర్వసువాసిని యోర్తు నావికున్
పనిగొని మాటిమాటికిని ప్రార్థన జేయుచు నుండ నావికుం
డనుశయ మందకుండ నను నాముసలమ్మకు నిట్లు గ్రమ్మరన్. 83.

ఉ. నావను దాటవచ్చెడి జనంబుల ద్వావృత కైన చేయుల
స్వేవుర గాంతు వార లొక సీస మొసంగక యెట్లు ప్రచ్చెనక
జీవిక కేవు నీనియెడ జెచ్చెర షిగ్గు మటంచు బల్కగా
నావెడగుంబడంతి ముఖ మక్కట నెల్వెలబాఱ నూగినదౌక్. 84.

ఉ. ఆవిషయంబు నంతయు సమగ్రముగా పరికించుచున్న యా
భూవిబుధుండు సిగ్గువడి మున్ననుభూతముగాని కష్టమే
నేవిధిదాటువాడ మది యీసతి తా బతిమాలుచుండగా
“కావుత” మంచొడంబడనిగండడు మ మ్మొకు సేయునోకదా. 85.

తే. గీ. ముసలి జూచిన నామది మసలు జాలి
యేమి జేయును నిర్ధనుం డెంచ జగతి
నగలు వసనాలు దక్క యీముగువవద్ద
నాణె మొంకైన గల్గు చందాన లేదు. 86

ఉ. ఏమి తలంచి యిట్లు పరమేశుడు మమ్ముల సాఘటించెనో
యేమి ప్రమాదము ల్జరుగ నేర్పడియున్నవొ? యీమె యెవ్వరో
యేమికతాన నిల్లు త్యజియించి తనంత తెగించి వచ్చెనో
కామిని చేలచెంగునను గట్టిన యగ్నికణం బగునేమొ నాకికన్. 87.

మ. అని భూమీసురు డాత్మ నెంచుతఱి నయ్యంభోజపత్రాక్షియున్
మనమం దేమి దలంచెనో యెఱుగ హేమంబైన హారంబుచం

దనుమానింపక కొంత దెచ్చియిడ నయ్యార్యపుత్రుఁ డంత దా
జని దాని గొని యేగి నావికునితో సౌమ్యంబుగా నిట్లనున్. 88.

తే. గీ. ఓయి! నావను శీఘ్రగా నడుపవలయు
నల్పధనమున కిత్తు నీహాటకంబు
వృద్ధభామిని! మమ్ము నరంపఁజేయు
మయ్య! యిద్యోటి గురుకు భవాబ్ధి బోలె. 89.

వ. అనుటయు,

కం. జయవర్ధను గీర్తింపుచు
నయమున ద్రోయంగ బూనె నావికు డంతన్
పయనింపసాగె నవ్వాయు
నయుతంబుల నతులు నుతులు నర్పణ సేయుచున్. 91.

ఉ. అవ్వలి యొడ్డు జేరిన యనంతర మందరు నావ డిగ్గి పో
నవ్వ క్రమంబునన్ జయుని యంతికసీమను జేరి పల్కె నే
నెవ్వలన న్మఱొండు గతి యేర్పడ నట్టి యనాథ మొక్కెదన్
బువ్వయు పుట్ట మిచ్చి నను బ్రోచిన నిచ్చలు నండి పెట్టెదన్. 92.

తే. గీ. అనుచు బతిమాల నట్టులె రమ్మనుచు నతడు
దైవ మేమేమి జేయఁ దలచినాఁడొ
అని విచారమగ్నుఁ డగుచు నరుగఁ జొచ్చె
“హేల” యనియెడి పట్టణాం జేగు తోఁచిన. 93.

వ. అంతట నాసాయంకాలంబున కా ముగ్గురునుం బోయి, హేలా
పురిం జేరి, యం దొక సత్రముం బ్రవేశించి, నాటిరాత్రి యట భు
జించి, శయనించి యంత మరునాడు. 94.

తే. గీ. కోడి కూయంగనే మేలుకొంచు జయుఁడు
కాల్యకృత్యంబులను దీర్చి గడఁగి స్నాన
మాడ్కి నొసట విభూతి పొల్పార దీర్చి,
పేటివణిజుల వీక్షింప వెడలె నంత. 95.

కం. పంచాంగము గొని విపణికి
సంచితగతి నేగి వణిజు లాలింప ననెన్
మంచిదొ కాదో గ్రహముల
సంచార మెఱింగి తెలుపజాలుదు మీరున్. 96

కం. వచ్చినచో మీజాతక
మిచ్చిన ఫలములను వ్రాసి యిచ్చెద నిజమై
చెచ్చెర జరిగిన పైమీ
యిచ్చయు నాప్రాప్తి దనరు నే ముందు నికన్. 97

తే. గీ. మాది గోదావరీతీరమందు నొక్క-
పల్లె దీర్ఘయాత్రల జేయపయన మైతి
మంత త్రోవలో దొంగలు కొంతమంది
ముల్లెలెల్లను మావద్ద కొల్లగొనిరి. 98

వ. మేము మువ్వుర మంటిమి. యీరోజున కేగు భోజనపదార్థంబుల
నిప్పించిన జాలునని సయుక్తికంబుగ జెప్ప నవ్వణిగ్వరులు నట్లయని
యనుమతించిరి. 99

ఉ. ఆతఁడు వ్రాయు వ్రాఁతలు యథార్థములై దనరార జూచి వా
రాతతమోద మంది వినయంబున బిల్చుచు మాకు నిచ్చలున్

జాతకము ల్విచారణ మొనర్చి ఫలంబులు వ్రాసియిచ్చినన్
పాతికరూకల న్నియతి మానక యిత్తుము మాసమాసమున్. 100.

క. అని చెప్పిన జయవర్ధను
డనుమోదము నంది తాటిమూకుల యిల్లున్
గొని యద్దెకు నట జేరెను
వనజాస్యయు మానదాయె వనటం జెందన్. 101.

కం. హేమారుణజయవర్ధను
లేమా' మాట్లాడ కెందు కిట్లుందురా! భా
ర్యామణియును భర్తయు గా
రేమో? యని ముసలి యెంచ దెన్నకు మదిలోన్. 102.

తే. గీ. జరుగుచుండగ నిట్లు ప్రస్తావనమున
నొక్కరోజున వర్తకుం డొక్క డనియె
రత్నవర్తక మందు దలంపు గలదు
రత్నపరిశీలకుడు గావలయు నటన్న. 103.

తే. గీ. దాన నాకు నొకించుక పరిచ
యం బటంచు జయుం డన నల్లుడైన
సింక మాకేమి కావలె? నేల పరుల
మీకె యిచ్చెద మేబదిరూక లలమి. 104.

ప్రథమాశ్వాసము
సమాప్తము.

జయవర్ధనుఁడు.

ద్వితీయాశ్వాసము.

ఉ. ఆపురి రామకాంతు డను నట్టి నృపాలకు డేలుచుండె వా
డేపడతిన్ గనుంగొనిన నేమరకుండగ నాటిరాత్రి యే
పాపవిభీతిలేక తన పాన్పున జేరిచి కూడు; దానికిన్
కాపుర మూడినన్ పరే, జగంబు తనున్ శపియించినన్ న

క. మంత్రియు నృపతికి ననుగుణ
తంత్రవిదుం డగుచు నిష్ఠతను నేర్పడి తా
మంత్రణము మాని యబలల
జంత్రముల పగిది దెచ్చి సమకూర్చు సదా.

తే. గీ. ప్రజల నష్టాక వెట్టిడి వారి గాంచి
యెవ్వ రేమనగల? రన్న నెవడు వినును
కంచెయే చేనుమేసిన కా పటంచు
పల్కువా రుఁదురే యన్నపగిది నుండె.

ఉ. రాజ్య మరాచకం బగుః తెఱంగున నుండెను ధర్మకార్యము
ప్రాజ్యము లయ్యె మన్మథుని ప్రాజ లనంతము లయ్యె కాం
భోజ్యము లైనవస్తువుల బోలుచు రంచు ప్రచార మేర్పడెన్
వ్యాజ్యము లెక్కువాయె నికత్యాజ్యములాయెను వేదశాస్త్ర

వ. ఇట్టి పరిస్థితిలో.

ఉ. వర్తకు డొక్క డాపురికి వజ్రము నొక్కటి నమ్మ దెచ్చి భూ
భర్తకు జూపి దాని వెల పాతిక లక్షలటంచు జెప్పె త
ద్భర్తకు గల్గు గౌరవ మెద న్గ్రహియించి తదీయమూల్యమున్
బూర్తిగ నెంచి చెప్పు డనె బోషితరత్నపరీక్షకాళితోన్. 6.

వ. వారలును తదీయరామణీయకముం గాంచి, వివిధంబులుగ వెలలం
జెప్ప నసంతృప్తుం డై సచివున కావజ్రం బిచ్చి, యప్పురింగల రత్న
పరీక్షకులకుం జూపి ధరలన్ దెలిసికొని రమ్మని పంచె. అట్లు
పోయి యామాత్యవరుండు తత్పరీక్షకులకుం జూపిన. 7.

ఉ. తొమ్మిదిలక్షలీమణికి తోసముతోడంత నీయవచ్చు నా
నమ్మిక యంచు నొక్క డను న్యాయము వింశతిలక్షలీయ నా
నమ్మిక యం చొకం డన గనంగను నిర్వదియైదులక్షలీ
సమ్మత మంచు వేఱొక విచక్షణు డయ్యెడ బల్కె ధీరతన్. 8.

ఉ. చెల్లును దీని కీవిలువ జెప్పగ నంచు నిరూఢిలేకటన్.
తొల్లి విధాన నెవ్వరికి దోచిన రీతిని వారు జెప్ప దా
వల్లె యటంచు బోయి జయవర్ధను చేతికి నీయ నాతడున్
కల్ల నిజంబులం దెలియగా గనుచు న్విఱిచె న్నిజోష్ఠమున్. 9.

తే. గీ. వహావ! యంతంబు వర్ణింప వలనుగాదు,
కాన నీవచ్చు దీనికి కాని యొకటి
అంచు బల్కె నిర్విణ్ణు డై హాస్యమాడు
చుంటివా? యబ్రమయ్యె నీయుబుసు వినిన. 10.

క. అనువా? పరిహాసం బది
జనపతికార్యంబులందు జడమతి' యోహో

చనుదెమ్ము రాజసభకును
మనియెదె? భూపాలకోపమహిమకు గుఱియై. 11.

వ. అనుచు నమ్మంత్రి జయవర్ధను డెంతజెప్పినను వినకతోడ్కొని యేగి భూమీపాలాగ్రంబున రాజునకు న్నివేదింప నాతడు జయవర్ధనుని దిక్కు మొగంబై.

ఉ. ఏమది దారుణంబు కన వేమియ విప్రుడ యింతగర్వమా
భూమిపతిత్వ మూని కనఁ బూజ్యుడనై దనరారు నన్ను నీ
వామికనూని యిట్లు పరిహాసము చేసెదె? కాదటందువా
యీమహనీయవజ్రమున కీయసదైన ధరఁ వచింతువే. 13.

వ. అనిన భూవిభు మాటల కడ్డంబై భూవిబుధుం డిట్లనియె. 14.

చ. నిజమగు వజ్రమైనయెడ నిక్కమె, యీవెలచేయునంట, యే
కుజనుకు చెప్పె మీ కెదియొ కూయగ, నేమగునయ్య దీనిలో
నిజమును జూపెదఁ గనుడు నే డిదె యంచని దానిలోహపుఁ
ధ్వజమున గొట్టగా నదియు తృణ మాయెను వేయి వ్రక్కలై. 15.

తే. గీ. వజ్రమది వజ్రముననె చీల్పంగబడు న
టన్న లోకోక్తి యెఱుగకె యున్నవారె?
నా వచించెడి పలుకు చందమ్ము గనక
కోపపడినను లాభంబె కువలయేశ. 16.

ఉ. వాని వచోనిగుంభముల వాని వినమ్రత వాని శాంతముఁ
వాని విశేషనీతియుతభావము వాని పరీక్ష దక్షతఁ
వేనికి గల్గబోవనుచు బేర్కొనుచుండగ నాసభాసదుల్
వాని సహేతునిందలకు బాల్పడజేసితి నంచు భూపుడుఁ. 17.

క. సిగ్గిలి దా జయవర్ధను
దగ్గరకును బోయి వినయతత్పరమతియై
యెగ్గొనరించితి వాక్కుల
తగ్గుము కోపంబు నుడిగి ధరణీదేవా. 18.

క. ఒనరించిన మీరలు
ఘనతర మైనట్టి యిట్టి కార్యము నాకై
యనుచును తోడ్కొని తగు నా
సనమున గూర్చుండ జేసి సాదరబుద్ధిన్. 19.

తే. గీ. నేను మొదలుగ మీరలు నియతి నా స
న్నుత్కమ నయుంచ రత్నపరీక్షకు లయి
వనిలగోరెద జీతంబు వందరూక
లిచ్చు నంగీకృతిని దెల్పుడీ యటన్న. 20.

వ. జయవర్ధనుండు వల్లె యని తత్పదం బధిరోహించె. రాజును జయ
వర్ధనునం దమందాదరుండై యొప్పుచుండ కొంతకాలం బరుగు
నంతలో మంత్రి దురంతవ్యాధిపీడితుండై దివి కరిగిన తత్స్థానం
బందు జయవర్ధనుండు నియుక్తుం డయ్యె. 21.

తే. గీ. ఓడ లగు బండ్లు బండ్లగు నోడ లొకపు
డమవస చనంగ బూర్ణిమ యరుగుదెంచు
కష్టసుఖములు బండిచక్రములపగిది
నఖిలజీవుల జీవితమందు దిరుగు. 22.

సీ. ఏమూల జూచిన నెంతేన ననర్ఘమౌ
దానధర్మంబులె దనరుచుండు

ఏవంక జనుచున్న నితిహాసపూర్వక
వేదశాస్త్రంబులె వినగ నొప్పు
ఏప్రక్క గనుగొన్న నింపుమీరెడి సత్త్రి
పారశాలావళుల్ ప్రబలుచుండు
ఏదిక్కు చనుచున్న నా దిక్కునసె నిర్మ
లాంబుతటాకకూపాది తోచు.

తే. గీ. నుచితవైద్యశాలల లెక్క కొకటి కాదు
పరమసౌభాగ్యభాగ్యసంపన్న మగుచు
వర్ధిలగ జొచ్చె నల్ల జయవర్ధనుండు
సచివుడైన కాలంబున నచిరగతిని. 23.

తే. గీ. జయుని సన్నుతి జేయని జనులు లేరు
ప్రబల మగు ప్రేమ బొందని ప్రజలు లేరు
వాని మఱి గట్టువడనట్టివాడు లేడు
విభుడు మారాడలేడింక వేయు నేల. 24.

క. ఎన్నండును హేమారుణ
గన్నెత్తి కనండు తన యగారమునందే
యున్నను కన్నెయు చూచుట
సున్నసుమీ వన్నెకాని సొంపౌకయుప్రుడా. 25.

క. హేమారుణ కేలోపము
నామంబున కేని లేదు నాకీమణి దా
నేమాత్రము భోగంబుల
కామింపద యట్లులుండ గాంచు మెహా. 26.

కుందుచునుండు సదా గో
విందుని నెమ్మదిని నిలిపి వీడక జపముల్
పొందుగ జేయును జయునకు
నెందే నుపకారములను నెంచును జేయన్. 27.

ఈమె యిట్టుల జయవర్ధనుండు జూపు నాదరాతిశయంబులకు సంతోషాశ్చర్యవిషాదంబుల నందుచు నొకవిధిని కాలంబుఁ వెళ్ళబుచ్చుచుండె. జయవర్ధనుండును హేమారుణాపరిసక్తి గాని, తదీయ దర్శనంబు గాని సక్తంబగునెడ మన్మథవ్యధావ్యథితమానసుండై. 28.

పికానాదాలాపిని
యేశాంకమృగాయతాక్షి, నిందిందిరస
ద్వేణిఁ మృదుతరపల్లవ
పాణిఁ సుశ్రోణి దీని బాయఁ దరమె. 29.

గీ. అని విమోహితు డయ్యును యంతలోన
తెల్వి గనుగొని తనయందు తీపిలేని
యన్యసతి బల్మిమై గవయంగ నెంచు
టదియు నిహపరంబులకు సన్యాప మిచ్చు. 30.

అని మతిమరల్చుకొనుచుండు నిది యిట్లుండ. 31.

గీ. రజకి యొక్కతె నిత్యంబు రాజగేహ
మంత్రిగేహములయందు నంబరము లుదుక
నంత నొకనాడు మంత్రిగృహంబునందు
వస్త్రముల గొంచు రాజన్యు వసతి కరుగ 32.

తే. గీ. తమ గృహానకు వచ్చెడి తఱుణమందు
రజకి చెంగట వసనాల రాజపత్ని
గనుచు ప్రశ్నించె నేరి వి వ్వనుచు నదియు
నమ్మ! యిది మంత్రిగారి వస్త్రమ్ము లనిన. 33

ఉ. ప్రాయ మదెంత? మంత్రిజయవర్ధను భార్యకు పిల్ల లెందరో
సోయగ మెంతపాటిదియొ సొంపగు కాంతలు విప్రులందు నే
చాయను గల్గరంచు పలుసారులు వింటినటన్న భూమిభృ
త్తోయజనేత్రితో రజకుతొయ్యలి యొయ్యన బల్కె నీక్రియన్. 34

ఉ. పిల్లలు లేరు ప్రాయమున పిన్నది చక్కదనంబు జెప్ప నా
నల్లనగాదు గాని యొక పల్కును జెప్పెద నాలకింపు డా
ఫుల్లసరోజనేత్రి గను పూరుషు డెట్టి శుకుండుగాని తా
తల్లడ మందు మన్మథుని ధాటికి నాగక జీవితాంతమున్. 35

ఉ ఆవనితాశిరోమణికి నందమునన్ సరిపోలు నంగనల్
భావన జేసి చూడ సురపన్నగగారుడసిద్ధసాధ్యులం
దేవగ గానరారు వచియింపగ నేటికి బెక్కుపల్కు లా
భావిని గాంచ కౌగిళుల బట్టి సుఖింపదలంతుఁ భామలే. 36

క. వెళ్ళిన దాడిగ మన్మథ
భల్లం బనదగిన యట్టి పడతిం గని నా
యుల్లమున నుల్లముండదు
పల్లవపాణిరో! నిజంబె పలికితి జుమ్మీ. 37

తే. గీ ఇట్లు నోరార వర్ణించి హేమ నదియు
చనెపె తడవాయె సెల వీయు డనుచు బలికె

వలువ లన్నియు జేకొని వెలికి నరిగె
ఇట్టితఱి కన్నెఱింగి యున్నట్టి నృపుఁడు. 38.

శా. ఆవాక్యంబుల నెల్ల నాదిసహితం బాలించి భూభర్త సం
భావించె న్మది నెట్లు గాంచినను హేమారూపమే దోఁపగా
నేవంభూతవధూశిరోమణియ యొందే నున్న వర్జించి నే
జీవింపగలనే క్షణం బయిన నిప్పీ! లోక మే మాకిఁకన్ 39.

ఉ. అందును మంత్రిభార్యయను యామెను బొందఁగ నాకు శక్యమే
కుందుచునుండఁగా తెగువకన్ జొఱబాఱిన బ్రాణముండ దే
మందు ప్రధాని రీతి కటువయ్యెడునే కయి నచ్చి మేసగా
క్రిందుకొనన్ మదీయరుచి క్రమ్మఱె బూర్వప్రమంత్రితోడనే. 40.

ఉ. వందురిలాభమా? రజకభూమిని పల్కినరీతి నాఁడు నా
సుందరియందచందము నొక్కపుటి క్కని తోఁచుచుండె నిం
దిందిరవేణి నొక్కపరి నేని గనుంగొని నిల్తునం చెదన్
కొందల మందె కాముకుల కోర్కెల కర్దము లుంపనేర్చునే. 41.

క. మఱునాఁ డుదయము మంత్రిని
కర మాప్యాయనముతోడ గాంచి కుశలవగా
నపు దేసిడు మాయింటన్
జిరముగ వాంఛింతు విందు సేయగ నీకున్ 42.

వ. అని యాహ్వానింప రాజయువర్ధనుండు నాఁడు మధ్యాహ్నంబున
రాజసదనంబున కరిగె నప్పుడు. 43.

ఉ. రాజు ప్రధానియుం గలసి రాణియు వడ్డన జేయుచుండగా
భోజన మారగించు తఱి భూపతిహస్తము నష్టి 'వద్దికన్

మాజయు భార్య రే పెటులు మానక వడ్డన సేయు నిత్యముఁ
భోజన మెక్కు నైనయెడ బొట్టకు బాధగదా సతీమణీ!" 44.

చ. అనుచును సప్రేమోమున నృపాధము డాతని దిక్కు జూడగా
గని సచివుండు ఝల్లు మనగా నెద నుత్తర మీయలేక భో
జనము విషంబు గాగ నిముషం బట నుండగలేక నెట్లొ భో
జన మొనరించువాసినపుడఁ జరించుచు నెప్పటంబునన్. 45

శా. దుష్టాచారుడ యెట్టిఘోరమును కేదుర్మార్గుఁడుం ద్రొక్కఁడో
స్పష్టం బౌయెడి నీమనోగతము [illegible] సామిప్యము దుష్ట [illegible]
కష్టాజీవకు రాజకుమారికకు నై కల్పించి తీయెత్తు నో
భ్రష్టా! నీతను వేల యాచుకొల గాల్పక భస్మమై పోవదో. 46.

ఉ. హేమను నాదు భార్య యను యీపురి మెల్లెడ వాదు లుగటచే
కామము సందియుఁ గలియుగానని వెన్కకు జంకు మున్న నా
డామెకు నాకు నైన కథ నంతయు జెప్పిన మత్తు డీత డు
చ్చో మరిమూడవీడె జెరచుఁ గద యేమననౌనొ యంచెదన్. 47.

ఉ. కుందుచు నిట్లు నాకొన నకుంఠితపుణ్యావశంబె నాపిచో
నెందుల కిట్టిమాట నెపకలించెద రిత్తఱి మీరు నోట స
న్నందుల కేని సత్య మగున ట్లొనరించనలె న్గదయ్య మే
మందరముఁ త్వదీయచరణాశ్రితపక్షము వారమేనియున్. 48

తే. గీ. భక్తిపూర్వకముగ పిలువం దలంతు
మీరు నాయందు ననురక్తి గాంచు [illegible]
[illegible]ంకతిర్వాడు నీతి [illegible] కంచి
పిలువ సంప్రీతాత్ముఁడై విభుడు బలికె. 49.

తే. గీ. అయ్యా! మాటవరుసకు నేనంటి నింత
మాత్రకే పిల్లవలె నొక్క యాత్రపడుచు
భుక్తి కేగుట యన నాకు మోద మొదవు
నట్లై వత్తు మీయందలి యాదరమున 50.

క. అను రామకాంతు మాటల
జనియెను జయవర్ధనుండు సంతోషంబుం
గనినట్లు లభినయించుచు
మనసు మనసునందు లేక మల్లడి గొనుచున్. 51.

ఉ. తల్పము జేరి పొర్లుచును తత్కరణీయవిధాన మెట్లుగా
కల్పన సల్పువాడ నని గాఢవిచారనిమగ్నుడౌచు దా
నల్పుని మాడ్కి నుండ నిశియాటయు నయ్యెడ భోజనం బొగిన్
సల్పగ వృద్ధ పిల్వగ వెసన్ బలికెన్ జయవర్ధనుం డిటుల్ 52.

క. ఆకలి లేదు భుజింపను
మీకు వృథాప్రొద్దు వోవు మెసవుండన వీ
డ్కొక ముసలామె తినుమ
నాన్న! కొలదిగ ననుచు బ్రార్థనము చేయుటయున్. 53.

తే. గీ. వినుచు నా వాక్యసరణిని విభుని పుత్రి
జయుని కేదియో కష్టంబు సంభవించె
ననుచు నెంచి చేతనగు కార్యంబె యైన
కాని దీర్ప నెంచెను గాన దాను వచ్చె. 54.

న. అట్లు వచ్చి కవాటంబు మాటున నిలచి యాయవ్వకు చె
ప్పుదానివలె నిట్లు వల్కె. 55.

క. ఇద్ధమతు లైన పురుషుల
కిద్ధర నాధ్యంబుగాని దేదియో చెపుమా
వృద్ధవు నీవెఱుగనె యిలా
పద్ధతు లిక్కరణి మసఁగ ఫలమా చలమా. 56

క. తేరా! తన భృత్యులు వా
ర్గారా! పని దీర్ప నక్కరకు రాదగరా
వేరే భావింతురె వా
రౌరా! కృతకృత్యు లెట్లు లగుదురో జెపుమా. 57.

క. అని వనజానన బల్కఁగ
విని జయవర్ధనుడు మదిని వీతభయుండై
యనె ముదుసలి పడతిం గని
విను మామూలాగ్రి మేను వివరింతు నిటన్. 58.

ఉ. రాజును నేనునుం గలసి రాణియె వడ్డన చేయు చుండగా
భోజన మారగించుతఱి భూపతి హస్తము నడ్డి "వద్దికన్
మా జయు భార్య రే పెటులు మానక వడ్డన చేయు నిత్యమున్
భోజన మెక్కుడైన యెడ బొట్టకు బాధగదా సతీమణీ!" 59.

చ. అని తనభార్యతో బలికి హాస్యయుతంబుగ నన్ను జూచె దు
ర్మనసుడు లోలబుద్ధి యని రాజు నెఱింగియు నస్మదీయగా
థను వివరింతు నేని గలదా యనుమానము మానభంగము౦
డని తలపోయ బాధ హృదయంబు కలంచి హరించి మించెశిన్. 60.

క. పిలువకపోవక మనుకొన
నలతిగదా పిలువు మంచు నడిగినవానిన్

తలపడి పాకను నికే
లలితముగ నొనర్చు వన్న రసహీనంబౌ. 61.

తే. గీ. అనుచు నేమేమొ బలుకబో నంతలోన
నుత్తరం బిచ్చుటకు సమాయత్త యగుచు
అడుగు లొకరెండుమూఁడు ముందిడఁగ హేమ
కటిగతమయ్యె జయుని యాస్యంబు తోఁత్ర. 62.

ఉ. చూచినయంతనే జయుని సొంపగు రూపము హేమ మానసం
బేచెడి మారజాలమన నేపుగ లాగెడి నాత్మ కంతలో
పూచిన పుచ్చపూవువలె పొల్పసలారెడి చంద్రబింబమై
దోఁచెను వాని యాననము తోయజనేత్రికి యట్టి పట్టునన్. 63.

ఉ. ఆతని సర్వసుందరత కబ్బురపాటును గన్న తత్సలి
చేతము కళ్ళెముల్ దెగుట స్వేచ్ఛను బర్వెడి యశ్వముం బలెన్
పూతచరిత్రునందు బడిపోయి యెటుల్మరలంగబోక యు
ప్డాతలి రాకుబోకి వశమందున నుండకపోయె నట్టిచోన్. 64.

చ. ఎంతటి సోయగం బితని కెంతటి మాధురి వాక్కులందు నిం
కెంతటి శాస్త్రపాండితి యదెంతటి నీతివిశేషభావ మిం
కెంత యుదారతాగుణ మిన్నిటికంటెను సంతతంబు నే
నెంతన యున్న నోర్చుట విచిత్ర మసాధ్యము ధాత కేనియున్. 65.

సీ. ఏలొసఁగఁడును మీరి తుఱఁగలించెడి మోవి
నొక్కింత గోరిలుట దొహ్వ ఫలము
వెడదనై కనుపట్టు వీని వక్షం బావ
పసనక్షోజముల్ వేసుఫలము

నవమన్మథుని బోలు నవయౌవనుఁ గాని
తగఁ గౌఁగిలించుటే తనువు ఫలము
మురిపెంపు గరువంపు ముద్దుగుల్కెడు వాని
చెక్కిళ్ళ ముద్దాడ జీవఫలము
తే. గీ వాని యమృతోపమానమౌ వాక్యములను
విన్నచో నద్దియే వీనున్న ఫలము
ఇట్టి పురుషుని గూడఁగ నింతు లెంతొ
పూర్వజన్మ చేయఁగావలె పుణ్యములను. 66.

వ. అనుచు మదనకృతమదోత్కటయై కొంతవడికా మదవతి మంద
స్వరంబున. 67.

తే. గీ. ఇతఁ డమాత్యపుత్రునికైన చింత యేల
నన్నియుం జక్కఁ బఱచెద నవనినాథు
భోజనమునకుఁ బిలువంగఁ బోవవచ్చు
లేచిభుజియింపఁజను నన లేచె జయుఁడు. 68.

ఉ. భీతి న్నొకింత వాసి స్మృతిఁబిస్తురు కన్గొనల్క గనక్ష్ఫదా
చేతము వ్రందఁ గోడు దనచేతికి నుఢీన సుందరాంగు నీ
పూతచరిత్రుఁ ఖేద దలపోసితినే యని కుంద వింత కౌ
క్షాళ్ళతను న్నాత దేలుకొనున్నా? యని సంశయ మంద నెమ్మదిన్. 69.

చ. మెసవఁగఁబోవ భోజనము మిక్కిలి వెక్కసమాయె నొక్కచో
మసలుట భారమాయె ప్రియుఁడా! యని దోఁచు నిమేషమాత్రముం
బొసఁగదు నిద్ర కంటికిని బాత్రిగ పాత్రికి నేమి దోసమో
విసముగ దోఁచె నీరములు వీనుల శోక్కవిశేషము జెప్పెనన్. 70.

ఉ. చల్లని చేతుల న్నిగుడజాపి సమస్తచరాచరంబులన్
మెల్లనదాకి కష్టముల మేలు దొలంగగ జేయు రేవతీ
వల్లభు డేమొకో విరహబాధను గొందెడి హేమగాత్రిపై
భల్లనిభాంశుఘాతములు బాధిలనెట్టు నిదేమిచిత్రమో? 71.

ఉ. అందఱు నిద్రనుండుతఱి నాతని గాంచగ మెల్లమెల్లగా
సుందరి కొంతదూర మటు వచ్చి కరంబు వడంక దేహమూ
ముందున కేగలేక నిజమూర్ఖత నెంతయు తిట్టుకొంచు లో
గుందుచు నేగు హా వెనుకకున్ మఱి ముందుకు కాంత వెన్నెలన్.

వ. ఇట్లు కందు సంతాపసంతప్తచిత్తయై యుండ. 73.

సీ. ప్రాచీదిశావధూఫాలమందున నిద్ద
దీపించు సింధూరతిలక మనగ
ఇంద్రాణి మోములోన సాంద్రమై గనుపట్టు
కాంతు లీను ప్రవాళఖండ మనగ
పూర్వదిగ్దేశమహీభూజంబు బీజసం
పద దోప సంజీన పండనంగ
తిమిరంబు గాల్పగ దేవదేవుడు వేయు
బొడవైన నిప్పుల ప్రో వనంగ.

తే. గీ. కోకకులములు రాజిల్ల గాము మేము
కాకులము రూపుమాపక కావుకావు
యనుచు రోదనజేయుచుండ నయ్యెంత బొడమె
తోయజాతబంధు డప్పుడు తూర్పుగిరిని. 74.

ఉ. అంబుజమిత్రు డాకసమునం దుదయింపకమున్నె లేచి కా
ల్యంబుల నెల్ల దీర్చికొని హాయిగ స్నానము చేసి యుత్తమా
శ్వం బొకదాని నెక్కి నృపు సన్నిధి కేగి మహీధవుండు నె
య్యంబున గారవించి యుచితాసనమున్ గనజూపి యిట్లనున్. 75.

తే. గీ. విజిత యనియెడువాఁ ప్రత్రి విభుఁ డతండు
వాస మితనిది కేయూరపట్టణంబు
వాని యధిపతి యాత్మయధ్వజుఁడు వాసి
మంత్రి కొమరుండు వీనిని మదను డండ్రు. 76.

వ. అని తన దాపున కూర్చుండి యున్న జామాతం జూపి యన్యోన్య
పరిచయం బొనరించిన జయునకు నుండును మదనుని గాంచి యాదరం
బున నిట్లనియె. 77.

శా. ఏశాస్త్రంబుల నభ్యసించితిరి మీ రేశాస్త్రమం దాదరం
బో శస్తప్రతిభుండ! తెల్పఁగదె నీకొప్పారు పాండిత్యమం
చాశంసించిన మంత్రిసూనుఁడును గానాధీతి నాదంచు మీ
రేశాస్త్రంబుల నభ్యసించితి రిలాఁ జేపాఁ బ్రశ్నింపఁగన్. 78.

క. మదనుఁ డిట్లను జయు డే
జదివితి వేదంబు జ్యోతిషంబును కొంచెం
బెదియో చదివితి గానము
మొదలగుకళలందు విద్యముల నెల్లన్. 79.

ఉ. గానమునందె నేనెప్పుడు గాటపుసాధన జేసియుంటిపె
గానను వేఱుశాస్త్రముల గాని, పరిశ్రమ జేసి యుంటచే
గానను మత్సమల్ బరుని గానకళన్ జయ మంచగోం నే
మానక దేశదేశముల మన్నన లందుచు సంచరింపుదున్. 80.

క. మదనుం డిట్లుగ నేమ
పదనగు గర్వోక్తు లాడ ప్రారంభింపన్
మదిలో జయుఁడును జింతిం
తుద కెట్టులో తెగి వచింపదొడఁగ నతనితోన్. 81.

తే. గీ. ఒకని మించెడువాఁడు వేఱొక్కఁడుండు
నంత మెక్కడఁ జదువుల కంచు బలుక
సహజగర్వాంధుఁడైన యాసచివసుతుఁడు
కటకటం బడి యీర్ష్యచే నిటుల పలికె. 82.

తే. గీ. నేను జీవించియుండఁగా గానమందు
నొరులు గెలుచుట యను మాట యోటుమాట
ద్రవిడకర్ణాటు లాదిగా దాఁకి నాత్యు
లెల్లరు నమస్కృతులు జేసి డిల్లవడిరి. 83.

క. నాగొప్ప నేను జెప్పుట
యోగంబని యెంచి యెందుకంచని యుడుగన్
వాగాడంబర మెంతగ
సాగించితివయ్య యిచటి సభ్యులు వినగన్. 84.

క. అను వాని మాటలన్నియు
విని జయవర్ధనుఁడు మదిని వింతయు కోపం
బును పొంది వీని నవమిం
తన యణపగవలె నంచు దలచి వచించెన్. 85.

ఉ. కాలము గొడ్డువోయెనె! ప్రకాశము సందఱె తార లట్టు లే
మూలను యున్నమాత్రమున పోవునె తత్ప్రతిభాప్రభావ మీ
పాళముదానికే నిటుల బల్కఁగవచ్చునె? న్యాయ మూని ని
ర్మ్యాలతనందు మీప్రతిభ పూర్వసమంచిత మైన దంతయున్. 86.

క. గర్వము సర్వజనంబు
కర్వము దైవంబు దాని కనుగుతి నిడునే

పూర్వ మణంగదైక గరుడ ష ప
ఖర్వం బగు గర్వ ముడిగి కమలాపతి చేతన్. 87.

క. అన మదనుడు తల యూచుచు
పని లేదిక మీరు శ్రమను పడకుడు వృథగా
సనుసైనన్ రప్పింపుడు
కనియెద నవ్వాని శక్తి కలహ మ్మేలా. 88.

వ. అను మదను నుడుష్ప్రల నాలకించి జయవర్ధనుడు ప్రతిస్పర్ధ కో
ఘుండై యిట్లనియె. 89.

క. చేయింపుము సభ రేపే
నా యోపినయంతవట్టు నయమున నేనే
గాయకుడ నగుదు సభకున్
నాయకు నేర్పరచి చెప్పుడు న్యాయము దీర్పన్. 90.

క. గెలిచినవారికి నన్నున్
గెలిచితి రీ రంచు వ్రాసి కేల్మొగిచి సభన్
పలుకగనటె మోమోటము
పలుకించ మదను డంత వల్లె యటన్నన్. 91.

తే. గీ. ఒప్పు నా నాన గాయకుం డొక్కరుండు
పురెసి నేటొక్క న గీతబు నుడు న
వీనినో లేక వానినో గాని పిలువ
బంపెదను మీకు నిష్ట మేదంచు రాజు. 92.

తే. గీ. పలుక, పిలిపింపు డెవ రైన సని వత్తు
రని జయుడు పల్కె తగు సమయంబు గాన

మా గృహానకు మీరు జామాత గూడి
భోజనార్థము రండంచు భూపు బిలువ. 93.

తే. గీ. వెఱ్ఱిచిగురవ్వ మొగమున వెలయ జేసి
ఈదినంబున మాయల్లుఁ డేను గలిసి
యింట భుజియింపవలె గాన వేగుదేర
వలను పడ దిప్పు డెప్పుడో వత్తుగాక. 94.

ఆ. వె. అనెడు నృపుని పల్కు లాలించి యామాత్యుం
డెంతయేని మదిని సంతసించి
నమ్రభావ మానసంబున ద్రోణకంగ
బోయిరా ననుజ్ఞ నీయు డంచు. 95.

వ. ఇంటికిం బోయి యవ్వాం జూచి. 96.

తే. గీ. వాని జామాతశోకచే వలనుపడక
రాముకాంతుండు కుకువంగ రాడు గాన
తనయకుండగ వడ్డింప గడగు మవ్వ
యనుచు భుజియింప నేగె నయ్యవసరమున. 97.

వ. హేమాయణ నెమ్మనంబున నిట్లుగ తలపోసె. 98.

సీ. జయు పేరు మును విన్న చలియించు దేహమి
ప్పుడు వానినే కాంచి పులక లొత్తు
పురుషసింహుని మును పద్మయ నోడెడి శమల్
నేడు వా డరుదేర నిక్కి జూచు
తొలుత నాధీరు వాక్కుల కులుక్క వీనులి
ప్పుడు తద్వాక్సుధఁ గ్రోలి దివురు

దైవమా! నిత్యంబు దలఁపోయు మతి యిప్డు
హీని చింతను వీడి వెతల నోడు.

తే. గీ. ఎందు జూచిన నా తలఁపు సుందరతర
రూపమే గాని యన్యంబు దోప దకట!
యేమి జేయుదు నెటు లింకెట్లు నాకు
లభ్య మయ్యెదు? చెప్పు మేలాగొ! నాకు. 99.

సీ. ఏనాటికేనియు నానాథు డనురాగవంతుఁడై
నోరార బలుకవలయు
నేనాటికేనియు "హేమ! రావే" యంచు
బలిమిమై కౌగిట బట్టవలయు
నేనాటికేనియు నేతెంచి నాతోడ
సరససల్లాపముల్ సలుపవలయు
నేనాటికేనియు బోసీక నన్నాని
ముద్దులఁ గురిపించి మురియవలయు

తే. గీ. నట్టి భాగ్య మేనాటికే నబ్బెనేని
నర్పసనిచేని పాదాన నన్నుగలను
పలుకు లివి యేల యూశతాబ్దంబునందు
నీకు నాకున్న తోడి పూబోడులందు. 100

ఉ. ఇంతకు బాధలం గుడిచి యెంతయొ ప్రేముడి విన్నవించిన
న్నాకాంతుడు ప్రీతిమై గనునొ? కాదని పోవగ బల్కునో స్వచే
తోంతరమందు నన్నిటు సమన్వయముం బొనరించునో మరీ
యాంతర వృత్తిరీతి దెలియంగనుజాలడె? యేమొ? యక్కటా! 101.

ఉ. కాంతుఁడు వేఁడిన న్వినక కాఁకయ వెట్టిన బెట్టనిమ్ము నా
పంతము నెగ్గనీక సుమబాణుఁడు వేఁచిన వేఁచనిమ్ము జ
న్మాంతరమందు నేని ప్రియు నాదరణంబున కాస్పదంబునై
సంతసముందఁగా నర మొసంగి సఖ్యతఁ జేర్పఁడె దైవమా! 102.

క. నగిఁ జేరి యాతనికి మది
కనుఁగగ శాంతింతు నన్ను కరుణామయుఁడై
యరసిన సరియే ధన్యను
విరసం బని యుర్వ్యేసేని విసమే దిక్కౌ. 103.

వ. అనుచు నీరీతి ననేకప్రకారంబుల నెట్టు లీతని పొందుం గాంచు దాన నని బట్టరాని తమకమ్మున నమ్మానిని కుందుచుండ. 104.

సీ. బ్రహ్మచారులు వేదపఠనంబు జాలించి
సంధ్యావార్చనకు వర స్థలుల జేర
పశులమందల పాదపాంసువు పట్టణ
సౌధజాలముల ధూసరము జేయ
గృహిణులు వాకిళ్ళ గృహములతో పాటు
నొదుగుచు లజ్జతో నూడ్చుచుండ
వారకాంతలు మించు వలపువేషంబుల
విటులకై మంగిళ్ళ వేచియుండ
తే. గీ. పద్మినీకాంత యపరదిగ్భామఁ గూడ
నేగుచున్నాఁడు ప్రియుఁ డంచు నెంచి మదిని
కుందుచు న్ముఖము ముడిచికొని ననఁగ
జేరుకొనె సూర్యుఁ డస్తాద్రిశిఖరమునకు. 105.

ద్వితీయాశ్వాసము
సమాప్తము.

జయవర్ధనుడు.

తృతీయాశ్వాసము.

తే. గీ. విమలకిరణంబు లనియెడు వెండిగొలుసు
బింబ మను కుంభమున ముడివెట్టి వేల్పు
లమృతసాగరమందుండు నమృతరసము
చేదుచున్నా రనగ శశి చేరె బ్రాచి. 1.

ఉ. ఆసమయాన హేమ హృదయంబున శాంతి రవంత లేక నా
యాసను నంది చేయదగునట్టి యుపాయము లేమిటంచు చిం
తాసముదగ్రచిత్తయయి తాలిమినంద యొకింత కంత న్వృ
ద్ధాపవిధంబు జేరె వనితామణి మెల్లగ నేమొ చెప్పగన్. 2.

ఉ. ఆదర మొప్పగా ముసలి యాజయవర్ధను చేరి యిట్లనున్
భూదివిజోత్తమా! విరిగె బోటికి చేతను కంటకంబు వా
ర్తాదుల గూరగా తమగు తత్తరమందున దాని దీయగా
నైదువు నొంచు జేతొని తగన్ చనుదెమ్మనె కొమ్మ నిన్నొగిన్. 3.

తే. గీ. అవ్వ యిట్లుగ వివరించి ఘూత్మయందు
నేమి దలపోసెనో గాని యెందొ పోయి
పండి నిద్రించె, నింగితప్రాజ్ఞు లెందు
దెలిసి దెలియనిచందాన మెలగుచుండ్రు. 4.

తృతీయాశ్వాసము

శా. సౌధాగ్రంబున నొక్కచోట గదిలో సౌందర్యరాశీకృతిన్
వాథోధిప్రసవప్రభూతరుచిసంప్రాప్తిన్ చలన్నేత్రి దృ
క్సానిష్టం బొనరించి బ్రాహ్మణు డనంగ క్లాంతుడై నిల్వగా
సాధారాధరనీలవేణి చిరున వ్వాస్యంబున న్దోపగన్. ౫.

క. పర్యంకము జూపించుచు
నార్యా! దయచేయు మిట్టు లనుచును సువచః
పర్యాయంబున బల్కుచు
మర్యాదగ దాను లేచె మానిని యంతన్. 6.

వ. లో జని జయవర్ధనుం డుచితాసనంబున గూర్చుండి దీనవదనం బు
తేటపడ నప్పద్మేక్షణ నీక్షించి వక్ష్యమాణంబుగ బలికె. 7.

క. ఉపకృతి చేయం బూనిన
నపకృతి యుండెదుర యయ్యొ నయ్యయ్యొ సతీ
చెపుమా యేకరమున ము
ల్లిపుడున్నదొ హేల దీసి యేరెద నన్నన్. 8.

వ. సుందరమందస్మితవదనారవిందం బించుక క్రిందికిం వంచి సిగు
వెక్కసం బిగలాగ నెట్టకేల కి జరాబగినా యుపిమె. 9.

క. కరమున గా వడి పిసగుఁ
సరమర లేకుండ వేయు నంగళు శిరసుల్
విరిగెను హృదయంబందున
తరుణీమన్మథులు మీరు తగునే తడయన్. 10.

చ. కరమున నున్న రత్నమును గగ్గొని లేక సుమారిమందున
న్మెరయుచు నున్న గాజున కమేయప్రయత్నము వెన్నమోవి నే

సరియుచు నష్టకష్టములు నంది నిరాశను పెందు మూర్ఖపై
కరము కృశింతు నక్కరణి గావవె సత్వర మార్యసత్తమా! 11.

ఉ. మీ దగు చిత్తమందున నమేయముగా ననుమాన ముండు మీ
పాదము లాన నే నిజము పల్కెద మీరలు శ్రద్ధ నాంతముల్
నాదు చరిత్రము న్విని యు నా దగు శీలము జర్చజేసి యా
మీదను చేయగా దగును మీ కెట దోచునొ యుక్తి కైవడిన్.

చ. కల దొక పట్టణంబు భువి కంకణనామము దాల్చి భాసిలున్
పొలుపుగ నప్పురిం గలుగు భూవిభు డొక్కడు నూర్మియధ్వజుం
డలరెడు సర్వమానసము లాతని ధర్మపథైకపాలనన్.
కలిగితి నొక్కతెన్ సుతను కష్టపరంపర లెల్ల దీర్పగన్. 13.

వ. ఏకైకాత్మజాత నగుటం జేసి మదీయపితరులు గారాబంబున బెంచు
చుచు సంగీతశాస్త్రాభ్యాసముం జేయింప నిశ్చయించి. కలాధరుం
డనువాడు నొకానొక విప్రుని బిలిపించి. తత్సన్నిధానంబున
మంత్రిసుతుండైన మదనుం డనునతని జతపరచి నన్ను నియో
గించె నంత. 14.

క. మదనునకు నాకు మదిలో
వదలక మైత్రంబు పెరిగె వయసును విద్యా
పదవులు వర్ధిల్లినటుల
సదయహృదయ! విన్నవింతు సత్యము జమ్మీ. 15.

తే. గీ. వానియందున నాకున్న భావ మెన్న
సోదరాత్మక మైన దో సుందరాస్య!
అతనికిని గూడ నట్టులే యనుచు నేను
ఎంచుచుండెడిదాన నద్దానిమీద. 16.

క. ఒకరిని విడువక నొక్కం
డెకసక్కెము లాడుకొంచు నక్కాలంబుల్
ప్రకరముగ వల్లె వేయుచు
సకలంబును నేర్చినాము సంగీతంబుల్. 17.

క. ఇట్టుల కాల మరుగ జూ
పట్టంగను నాదు మేన పటుతారుణ్యం
బెట్టులొ గని నాతండ్రియు
కట్టడ గావించె నుంచగా నంతిపురిన్. 18.

ఉ. ఆ దిన మాదిగా మదను సఖులకైనను గాంచలేని త
ద్వేదన నాటినాటికిని వీడగ హాయిగ కాలమెట్లయో
మాడిచె నట్టు మంచి పవిమాసము లేగిన యొక్క నాడు నా
కాదరదీనతల్ తెలుపునట్టుల యంపెను వ్రాసి పత్త్రికన్. 19.

తే. గీ. అట్లు మదనుండు వ్రాసి నాకంపినట్టి
కమ్మ యిదె యంచు బల్కి యాపత్రిక యిచ్చి
సమ్మనస్కైన పీఠిపై నాము నీల
మొక్కిరైయుండునో మీరాకె యొసగె నేను 20

తే. గీ. కాని యెట్లు లున్నదో నాదు కర్మఫలము
విధియు నేరీతి మాకు దోచింపదలచి
నాండో! యంచు దీనాస్యయై నాతి పల్కి
జయుడు మొదలిడె పత్త్రంబు చదువ నిట్లు. 21.

చ. "అతులితదివ్యభోగవిభవాంచితరాజతనూజవుల్ బుధ
స్తుతమతితో హంగితిని శ్లోకిలు బాలకు చంద్రలేఖకున్

ప్రీతి యును మాటలేని గుణంబాపనికన్ భువి నైకమోహనా
న్వితసుకుమారికి న్విమలధర్మిణి కియ్యగ హేమకన్యకన్. 22.

ఉ. కంటికి కానరాకునిక గర్వముపోయెను నిన్ను జూడ వా
ల్గంటిరొ! యేమి చెప్పుదును గానము సాధన చేయబూన నె
న్నెంటను సంచరింతువని వేరుగ చెప్పగనేల? పిలిచి
పంటివె? భోజనంబు కొఱ నక్క-సమా గ్నివదిచె నాథకన్. 23

తే. గీ. నాదు హృదయంబు నీయందు నాటుకొనియె
సిగ్గు విడనాడి నీతోడ చెప్పుచుంటి
నొల్లకున్నను నాప్రాణ మొంపదంటి
ప్రీతిమైత్రింబు నైనను పరిగణింపు. 24.

తే. గీ. ప్రతిదినంబును నాకు సంబంధశతము
వచ్చుచుండుట నాతండ్రి వచ్చినన్ను
పెండ్లి కంపను బలవంత బెట్టుచుండ
నాకు నిష్టైన నుంటచే నాగియుంటి. 25.

వ. నీవు నన్ను సోదరునిగా భావించు మెఱింగి. 26

ఉ. ఇంతకు పూర్వమందున మహోదయ హృదంతర భావము నంచిన
చింతను దెల్పగన్ వెరపు జెందుచు మానితి నిప్డు నన్నుగా
వంతయు భీతి లేదబల! బాగుగ నాపయి గోపగించి నా
వింతపుఁగాని యీపనికి నెక్కుడు చేసెడి దేమి నక్కలే! 27.

ఉ. వచ్చిన మేలె గాని యిటు వెంకురు బాధకు నోర్వజాల నీ
వెచ్చని గాలి నాతనువు నేచుచు నున్నది వేగిరోసినన్

మెచ్చెదఁగాని యో తరుణి! మేనను బ్రాణము లుండుదాక నే
మెచ్చ త్వదన్యసుందరిని మీఁదట నీ డగు చిత్త మెట్టులో 28.

తే. గీ. పత్త్రి మైనను వ్రాయుమో పద్మనయన
మిత్త్రిహత్యయు నీ నెత్తిమీఁద బడుఁగా
ఏదు కెమ్మోవిరుచులను నేను గోరుచుఁగా
కాచి సంతోష మందెద కనకవల్లి. 29.

వ. ఇట్లు త్వత్ప్రియమిత్త్రుఁడు మదనుఁడు" అని జయవర్ధనుండు లేఖం
జదువుట ముగింప మరల నారాజముఖి యిట్లనియె. 30.

శా. ఆ లేఖన్ తుదికంట జూచి కడుఁగోపాయత్తచిత్తంబుతో
నాలో నే మిది హీని కిట్లు గలిగెన్ హా యిట్టి దుర్బుద్ధి యం
చాలోచించి విచిత్ర మంది యెటు జేయన్ లేక మూఢాత్మనై
ఏలీలన్ లిఖియింప నే మగునో వా డిప్పట్లనం చీగతిన్. 31.

తే. గీ ఎదుట బడి వాని కెల్లైన మదిని మార్పు
జేయుట సమంజస మటంచు చింత జేసి
స్నేహబలమున నిట్లుగ సాహసించి
వ్రాసి యంపితి మరలను పత్రి మొకటి. 32.

వ. "శ్రీమదశేషబుద్ధిమదగ్రేసరుం డైన మదనమిత్త్రునకు కృతానేక
నమోవాకోభయకుశలోపరి హేమారుణ వ్రాయు విశేష మెట్టి
దనిన. 33.

తే. గీ. నీవు వ్రాసిన పత్త్రిక నేఁడు చేరె
నందు గల సంగతుల నెల్ల నరసికొంటి

నీవు విపరీతబుద్ధి వైనా! దురంత
తాపసతతి చేర్చు మత్స్వాంతవీధి. 34.

క. అయినను మేలో ప్రైనను
నయనములు నిక్కి ప్రైన పలుకుల చేసే
హయశాలవేదిమీదకు
దయచేయుము పూలవనికి దరిలున నుచటన్. 35.

క. అటుపైని మాటలాడద
మోటు వీలగు మనకు నటుల నేమియు మఱి నీ
వటులిటులంచని వ్రాయకు
మిట్టపై విరమింతు జేయు మీవ్రను నటులే.'' 36.

తే. గీ. అనుచు లిఖియించి యంపె నే నవనిదేవ!
వలయు సన్నాహ మంతయు వలనుపఱచి
యంతిప్రరమును దిగవిడి యరుగుదెంచి
మిమ్ము వానిగ భావించి మేలుకొలిపి. 37

వ. పుష్పవనంబునకుం బయనించుచుండ నింతలో నిశాటవాహినులు వెన్నంటి తఱుము మహాభయంబున యథేచ్ఛం బోనిచ్చెడి మన యశ్వరాజంబుల వేగంబున కోడియును, భానూదయసమయంబు వరకును మనల వెన్నాడి ప్రయోజనంబుం గానక వదిలివేయుట లాదిగా గలుగు యావద్వృత్తాంతంబును త్వదంతఃకరణగోచరంబే గదా. 38.

చ. అన విని హాసచంద్రిక నిజాననమందున దోప భూసుహం
డనియెను శంఖనాదనిభమైన స్వరంబున యిట్లు పొందుగా

వనరుహపత్త్రిలోచన! యభావవిరక్తిని యిట్లు పల్కఁ తే
నిను మత సిప్పురి స్వాలసె వేగమె చెప్పుము తోడితెచ్చెదన్. 39.

ఉ. వానికి నప్పగించి నిను భవ్యచరిత్రుఁడ నాదు నంచు నే
నేనియు చెప్పఁబోఁగ యలివేణి సగద్గదకంఠరావయై
లా నను ప్రాణము ల్విడిచి తప్పక ముందుభవంబునందు నిన్
మానక పొందెదన్ పతిగ మామకవాంఛ నిరాకరించుచోన్. 40.

ఉ. జలనిధి సాక్షిగా తరణిచంద్రులు సాక్షులు గాగ వేదముల్
సులగిరు తెల్ల సాక్షులుగ కోయిలు సాక్షిగ సాక్షి గాగ బూ
విలుతుడు విన్నవింతు వినవే; భవదంఘ్రుల యాన వానిని
న్కలనయున స్వరింప నిది గట్టిగ నమ్ముడు పెక్కు లేటికిన్. 41.

చ. అనవుడు విప్రసూను మనమందున వాటముగాగ నేయు న
మ్మనసిజ తీక్ష్ణబాణకృతమర్మవిదారణబాధ కోపమిన్
వనరుహనేత్రవంక గని పల్కదొడంగెడి నిట్లు "నాయెడన్
మనమున నన్యథా గనకుమా! యనుమానము మాను మానినీ.

చ. తనకుగ తాన వచ్చి వనితామణి కోరిన నొల్లకుంట కే
నన శుకమాని నొక్కఁ? పవిత్రాఖ్యుడనో జనకాత్మజావిభుం
డనో? భవదీయమానసదృఢత్వపరీక్ష నొనర్ప నెంచి సు
మ్మనయము నట్లు పల్కి వెత లందగ నీమతి జేసితిన్ చెలీ. 43.

చ. అనగనె యప్పడంతి శిర మల్లన గాల్కొని సిగ్గు వంపగా
గనుగొను చోరచూపులను కాంతుని పయ్యెదకొంగు చేతితో
బెనచుచు గాలియంగుళిని పృథ్విని రాయుచు విన్నబోయియే
మనకయ నిల్చు తద్వనిత మానస మెన్నగ మెచ్చ దాగదా. 44.

తే. గీ. పల్లవాధరి ప్రాణాలు పల్లవింప
నంచనడకల మెల్ల నాయకుని జేరి
దాచియుంచిన మందారదామ మతని
కంఠసీమను వైచె నుత్కంఠ మెఱయ. 45.

క. దిగ్గన లేచి జయుడు కే
లొగ్గుచు దరి జేరదీసి యొండొక మాలన్
దిగ్గజయానకు వైచుచు
బిగ్గ కవుంగిటిని జేర్చె వేవేగముగన్. 46.

వ. అంతట లజ్జ లజ్జపడి పజ్జల కోసరిల్ల నత్తలోదరి చిత్తజవికారంబున నత్తమిల్లి బిత్తరిజూపుల జూచుచు జక్కవల హసించి నిక్కి పిక్కటిల్లి కిక్కిరిసిన చన్గుబ్బల నక్కంజజాన్వయజాతు నక్కున నెక్కడి నొక్కడి భారం బాతని యంద నిడి మోము పై కెత్తి మోముం జూచుచు మోవిపానకం బాను భారం బాతనియంద బెట్టి, నాల్గు కెల్లంకుల నాలోకించు రీతిం జూచుచు వాల్గంటి గీల్గంటువేణుల గాటం బగు పాటవమున నాటజేయు కైటభమర్దనుని యాదట సొంపుతుఱిం డాగక వాటము జూచి తాటోటుజేసి తాటించిన కోలలో సోయన నొప్పు నప్పారుం డోటువడి యప్పాటలగంధి మనోరథంబుల నెల్ల క్రమంబున నిర్వర్తించె నప్పు డబ్బోటికి. 47.

ఉ. చందురు వంటి మో మపుడు చల్లబడెన్ విడిపోయె వేణి త
ద్బంధితపుష్పమాల కడు వాడెను వీడెను నీవిబంధనం
బిందునిభాస్యయు న్నలసె నింత చలించెను బల్లవాధరం
బందె నఖక్షతాంకములు నండజయాన పయోధరంబులన్. 48.

వ. అంత కొంతకుం దెప్పిరిలి యత్తన్వంగి తాటంకాంతతరంగితాక్షి
యుగళంబుల నప్పళించుచు మెల్లగ నిట్లు పలికె. 49.

తే. గీ పొలతులకు సిగ్గు వెలలేని భూషణంబు
దాని విడనాడి యిట్లు మీా దాపు జేరి
వదరియుండిన తొందరపాటు వేఱె
వలదు వలదని ప్రార్థింతు ధరణిమదన. 50.

ఉ. నావుడు మందహాసవదనంబున దానికి నుత్తరంబుగన్
భావన సేసె నేమొ యటువంటిది గానియెడన్ నిరుక్తికం
బావనజాక్షి జేరి బిగియార కవుంగిట జేర్చి చుంబనం
బావగ జేయునే? ప్రియులహావము లిట్లుగ నొప్పు నేమొకో. 51.

తే. గీ. ఇట్టు లానంద మంతంత కినుమడింప
తనుల మఱచుచు నంతలో దరలి మరల
సరసవచనాల నాడెడు సమయమందు
ననియె నుల్లాసమును వీడి యతని కామె. 52.

సీ. మదను డీపురి జొచ్చి మసలుచున్నా డంచు
వాపిచ్చె నేమిటి? వాని కిందు
గానశాస్త్రమునందు కదనంబు సల్పెడి
వారలున్నారె? యీయూరియందు
బంధుత్వ మేమైన బరగియుండెన? యేమి
తీరికెట్లయ్యె నీతీరు తిరుగ
నేనిందు నుంటినంచె నెట్లైన గుర్తించి
చిత వీసి చిటకు బంపించె నేమి

తే. గీ. కరుణ జూపకె యున్నవో యెంత మిగుల
కష్ట మేదైన మనసుపై కల్పనంబు
చేయు నేమొకో? యంచు నాచెతమందు
సంతతము తోచుచున్నది సంశయంబు. ౫౩.

క. నావుడు జయుడను నారా
జీవదళేక్షణను గాంచి చిఱునవ్వున "నా
భూవిభు జామాత యగుట
డా వచ్చెను మదను డిట కుదాత్తత తొఱయా. ౫౪.

క. మదనుడు పదబలి కని పి
ల్లదముల విని కొంకించుచు గచ్చిన యలుకన్
మదమును విడువక యటులే
నదరిగ నాలించి కినిసి పల్కితి నిట్టుల్. ౫౫.

క. చేయింపుడు సభ రేపి
నాయోపిన యంత వట్లు నయమున నేనే
గాయకుడ నగుదు సభకున్
నాయకు నేర్పరచి చెప్పుడు న్యాయము దీర్పన్. ౫౬.

ఉ. నా విని విన్నబాటు వదనంబున దోపగ తోయజాక్షి భూ
దేవకుమారునిం గనుచు దేవరశక్తి నెఱుంగ గాని త
ద్భావజనామముతో సరిగ భావన సేసిన బోరు దెయ్యసం
తావలయంబునన్ గల జనంబు త్రికాలములందు నేనియున్. 57.

క. స్వరముల కల్పనచాతు
నెరవుల లలితంపు కూర్పు నేర్పున ఘనునా

ంకొసి పల్లవాదుల
వరిపి నుతింప దర హాసా? యంతటిలోన౯. 58.

క. ఆతని తోడను బోరుట
యేతన్మాత్రింబె? తలప నేకైతవమే
నూతగ గొని విరమించుట
యే తగినవిధాన మంచు నెంచెద బుద్ధి౯. 59.

వ. అనుచు జెప్పంబోవు నప్పూపుంబోడిం గని మోమున చిరున వ్వొలయ నాజయవర్ధనుం డిట్లనియె. 60.

క. జయ మేరికి చేకుఱు నప
జయ మెవ్వారికి నటంచు జప్పింపంగ౯
జయ మన నొక్కని గామ్మా?
భయ మెందుల కిందు ముందు పర్వేందుముఖీ. 61.

క. రేపావాకిట సభలో
ప్రాపితఘనయవనికాంతరాళన యగుచు౯
హూపాటల [illegible]లింపుము
లోపంబుల నెన్నవచ్చు లోలమృగాక్షీ. 62.

వ. అనిన. 63.

క. అంభోజనయన యిట్లను
సంభావితసకలశాస్త్రసారులు మీకా?
జృంభించి దోసగు లెన్నుట
డింభకము గని గుణజ్ఞు నవ్వ కివి పలిర్చ౯. 64.

వ. అని వారలు చమత్కారవచనంబుల జర్చింపుచుండ నింతలో. 65

ఉ. కొక్కొరో కొకొక్కొరో యనుచు కోళులు కూసెను విచ్చెముంజతల్
ఢక్కినపుల్ సమీరములు తమ్మికొలంకుల తేలి యాడుచున్
చుక్కలు నొక్కటొక్కటిగ సుఱిక్కెను; తిట్టగ సవ్యదంపతుల్
జక్కెరవింటివాని వెడసాయకపంక్తికి జక్కి కాలముల్. 66.

ఉ. తేనియతిండి బంధనము దీఱెను కంజము లెల్ల విచ్చుటన్
మానుగ తత్సహస్రకరమండలి బర్వగ జేయు సూర్యునిన్
మానిసతీలలామ నవమాసము నెంచిన పాతకుండగున్
వీనిని గాంచగూడ దని వేగమె వంచె శిరంబు కల్వయున్. 67.

తే. గీ. జయుడు స్నానాదులం జేసి చలువవలువ
లను ధరించి వీణను దెచ్చి రాగరసము
విన్నవారల నెల్ల స్తంభింపజాలు
రీతి బాడి సాధక మాచరించి మించ. 68.

క. సంతసము సాధ్వసంబును
సంతృప్తియు నంది హేమ సంధించెడి న
త్యంతము ఘను లుభయులగుట
నంతఃపురి కేగి గాన మాలింపంగన్. 69.

క. జయుడును సాయంకాలము
పయనం బాయత్తపరచి పంపుచు హేమన్
హయ మొకదానిని జేకొని
రయ మొప్పగ రాట్సభాంతరంబున కేగెన్. 70.

ఉ. కొందరు వేదపండితులు కొందరు కేవలశాస్త్రవేత్తలున్
కొందరు గాయకుల్ మరియు కొందరు నిశ్చలదైవవిజ్ఞులున్
సుందరకావ్యకర్మరులు జోదులునింక ననేకమాన్యులున్
మందిరమంటపంబున సముచితరీతి నలంకరింపగన్. 71.

ఉ. ఆసభయందు గల్గు ప్రజలందరు దిగ్గన లేచి మ్రొక్కగా
నాసచివోత్తముండు మరియాదగ దాను నమస్కరించి రా
జ్ఞాసమమూప భూపతి సమంచితరీతి జహూకరించి య
ర్ధాసన మొందు జూప వినయంబున జేరి వసించె దానిపైన్. 72.

ఉ. అందల మెక్కి హేమ చని యంతిపురంబున రాజపత్నిచే
బొంది విశేషగౌరవము భూపతిపత్ని సుతాసమేతయై
యందొకచోట జేరి తగునాసనమం దుపవిష్టయై మహా
నందము గూర్చె వారి నయనంబులకున్ నిజరూపసంపదన్. 73.

తే. గీ. జయుడు మదనుండు వచ్చి యాసభకు మధ్య
వేదికాంతరమున నుపవిష్టు లౌచు
వీణలం గొని తంత్రుల వేడ్కతోడ
మేళవించిరి ప్రార్థనల్ మిన్నుముట్ట. 74.

చ. తదుపరి రీతిగౌళ యటతాళపువర్ణము మూడుకాలముల్
మదనుడు వీణపైని మృదుమార్గమునన్ రతిసేయ జూచి సొం
పొదవగ దానినే జయుడు పూర్తిగ బల్కగ జేసి యంత దా
మ్మొదలిడెనొక్కరాగ మదిమోదమున న్మదనుండు బల్కియున్ 75.

క. రాగము సౌరాష్ట్రంబున
వేగముగా స్వరము నెరవు వేయుచు నెలమిన్

"శ్రీగణపతి సేవింపన్"
నాగను కృతి బలుక జేసె నయమున దానిన్. 76

వ. జయవర్ధనుడు చేతో మోదంబున న్వాయించి "సరసీరుహాసనప్రియే" యంచు కృతిని "నాట" యారంభించి భైరవ్యాదిరాగంబులును పలికింపజేయ వత్తదనుచారియై మదనుండు గ్రిమ్మర. 77.

క. "బాలా గోపాలా" యను
మేలౌ నొక కృతిని వేసె మించిన మదితో
నాలాపనాదు లీనుచు
నాలో ముక్తాస్వరంబు నంతట నెరపున్. 78.

క. దానిని వాయింపం గని
మానసమున జిన్నవోయి మదనుం డటుపై
తానము నవరాగంబుల
వీనుల కింపొదవ జేసె వీణియ మీదన్. 79.

తే. గీ. అదియు వాయింప గనుగొన్న మదను డంత
వీణలం దీసి గాత్రాన వేడ్కఁ బాడ
బాగుగా నుండునం చెంతు భావమందు
ననిన నల్లైన గానిం డటంచు జేసె. 80.

ఉ. అంతట తోడిరాగమున నాలపనం బొనరించి పిమ్మటన్
సొంతముగా నొనర్చి కృతి సొంపుగ బాడిన వర్ధనుండు వా
వింతగ దానికే నెరపు వేయుచు సుస్వర మెల్ల నంటగా
నంతట వెంబడి న్మదను డాహిరిరాగము పాడె దానితోన్. 81.

వ. గోపాపరిస్తారాదులం జేసి "కృష్ణ! మాం పాలయ రే దను జాంతకా" యటంచు షట్కాలపల్లవిం బ్రారంభించి, విషమాంతరగతి మార్పుల యెత్తుగడల ప్రథమ, ద్వితీయ, తృతీయ, చతుర్థకాలంబుల నాటి పై కాలంబాన శ్రోతృవారిక మానాపశమయ్యె. నట్టియవసరంబున జయవర్ధనుండు. 82.

క. మెల్లగ షట్కాలంబుల
పల్లవి దా మొదలువెట్టి పాడగ సభలో
పల్లవితు తాల శ్రోక్షను
లెల్లరు గనసైరి బొమ్మ లేమోయనగన్. 83.

వ. అట్టియెడ మదనుండు లేచి, వినయంబు మెఱయ నిట్లనియె. 84.

ఉ. వందలు వేలు గాయకుల వాదుల బాడితి నెప్పుడున్ జయం
బందితి నారుకాలములయందును పల్లవి పాడ గల్గువా
డెందును లేడు నేనె యిటు లెట్టులొ పాడెద నాల్గుకాలముల్
వింగయి దోచె కండ్లకును వీనుల కిప్పుడు నేమి చెప్పుదున్. 85.

క. నారదుడో తుంబురుడో
శారదయో వృష్ణికులజనత్ర్యాపతియో
ధారుణి జయుడై పుట్టెను
గావున మేదిని గల్గు కతమున నిట్టుల్. 86.

క. అని మదనుడు నడి జయవ
ర్ధనునకు సాష్టాంగ మిడియె ధన్యుడ ననుచున్
జనకరతాళరవమ్ములు
మిను ముట్టెను దిశావకాశ మేదుర మగుచున్. 87.

సీ. బ్రహ్మదేవునితోడ బగలేని వేదాలు
 స్వస్తిగా జెప్పంగ జాలువాడు
శేషాహితో వాదు సేసి వ్యాకరణశా
 స్త్రమునందు గెల్వగా జాలువాడు
తర్కశాస్త్రాంభోధి తరియించి నిల్చిన
 గౌతమాదుల నోర్వ గల్గువాడు
గానాబ్ధి నొక్క గుటుక్కగ గొన్న తుంబురా
 దుల వాదమున మార్పగలుగువాడు
తే. గీ. భూపసంశితసమితికి భోజపతియు
 రాజ్యపాలనయందున రామరాజు
 యని జనంబులు కొనియాడ నృపుడు ప్రీతి
 నున్నవియు లేని గుణముల నన్ని జేర్చి 88.

వ. ఇంకను జయవర్ధను నెరుంగని మరికొంతమంది. 89.

ఉ. ఆమృదుగాన మామధురహావము లాసరసంపు భావమా
కామితమార్గగామి యగు గాత్రజవంబున సొంపు నింపు లా
తామరసారిసన్నిభముదప్రియరూపము పాండితీమహాం
భోనిధియందు సంస్తుతుచ కేళియు గలుగ లెక్క కెన్నగన్. 90.

మ. అనితరసాధ్యుడైన మహనీయుఁడిటెక్కడ? నామమందు బ్ర
హ్మాండసీతి దేడ నంచు మనసుంగు దలంతుముగాని యిట్టి స
ద్గుణు డని యెంచబోము భళి! ధాత్రికె వంకల బెట్టజాలు నీ
యాయ యని చెప్పకొంచు జను లందఱు నేగిరి యొక్క త్రొక్కునన్.

చ. వనరుహ జేఁగి బూర్వవశ తెల్లమయెను పద్మినీపతి
మణివదనంబు చౌరు చెడ మందసమీరతరంగపంక్తులన్

వనజముఖీలలామలను భర్తల రాకల తొందరించె రే
గెను మరు డైదుతూపులను గీటుచు ధాటిగ మాటిమాటికిన్. 92.

వ. అట్టి సమయంబున క్రమక్రమంబుగ జరుగుచున్న ప్రస్తావనవశం
బున జయవర్ధనున కామదనుం డిట్లుగ జెప్పదొడంగె. 93.

చ. ఇచటికి నాల్గుయోజనము లేగిన యంతట గల్గు కంకణాం
బచటి పురాధినేత కలరారెడు ముద్దుకుమార్తె మేలుమేల్
సుచరిత చారిమంబు సురసుందరుల న్తలదన్నుబాలు న
న్వచనముకన్న వేరె యిట వర్ణనజేసి వచింపనేటికిన్. 94.

తే. గీ. అట్టిజగదేకసౌందర్య ముట్టిపడెడి
కలికిమిన్నయు నేనును కలసి మెలసి
యల కళాధరుడను నొజ్జ నాశ్రయించి
గానశాస్త్రము నంతయు గఱచినాము. 95.

క. ఆమెయు నన్నుం గన్నను
ప్రేమించును సోదరుండురీతిని నేనా
సామజయానను గాంచిన
కామంబున మాటలూరి కగ్గుచునుందున్. 96.

ఉ. అంతట నామె మేన గనవచ్చెడు యౌవనచిహ్నముల్ మహీ
కాంతుడు భార్యనుండి విని కాంచియు దాసికి నుత్తమంబుగా
నంతిపురంబు జేర్చె నపుడామెను గాంచగ వీలులేక నే
నెంతయొ బాధనంది సహియింపగలేకను తుచ్ఛబుద్ధినై. 97.

ఉ. నాదు నవస్థ గూర్చి కడు నమ్మిక బాలియు బ్రేమ గొల్పు న
మ్మాదిరి పత్రిక న్గిలికి మానిని కంపితి దాని గాంచి యా
గాదిలి పూవుబోడి మది గాంచెన్ జాలిని లేక యేమిగా
నాదృతి జేసెనో? యెఱుగ నవ్వల నాకెటు లుత్తరంబిడెన్, 98.

తే. గీ. అనుచు బల్కుచు లోగిటి పాంపమూని
యంపియున్నట్టి పత్త్రము నందజేసె
జయునకు సాంతము దానిని చదివి చూప
నందు నాహేము వాక్రుచ్చినట్లు యుండె. 99.

క. ఆయమనసున ఱిక్కి కోక
గాయకు జేతగ నాడౌ గానము నగుఁ
మాయయ యొక సభ గూర్చి
పాయక నన్నందు పెండ్లి ప్రారబ్ధమునఁ 100.

తే. గీ. ఆ మరుదినంబు సూర్యోదయమున నా
నతిపురమున గసగసా దబుల గాడ
"హా" రవము లెల్ల వాటుల నాక్రమించె
నేమిజెప్పుదు ముదుపలిభూమిజాని. 191.

క వెదకించిరి వెదకించిరి
వెదకించియు వెదకి వెదకి వేసారిరి యా
మదవతి సంగతి సుంతయు
నిది యని దెలుపంగజాల రెవ్వరుగూడన్. 102

చ; కుడువరు భోజనంబు దమకూరిమిబిడ్డను బాయు బెంగచే
గడవలకొద్ది నశ్రువుల గార్చుచునుండెద రెల్లివేళలం
దొడయడు రాజకార్యముల నొల్లడు నేమియు జెప్పజాలడి టీ
గొడవకు గొంతకారణము కూర్మిసుత నేన యటంచు గుందెడన్.103.

చ. అది యటులుండనిం డిపు డిదంతయుసూచను దెచ్చి నెత్తిపై
పదిలముగాగ నాకు నిడె బాపపులోకము నేమిచెప్పుదున్
ముదుపలిరాజదంపతులు పుణ్యాసమంచితచిత్తు లొక్కనా
డది యిదియంచు వోసముల నాడగ బోయిది చిత్రమయ్యెడిన్.104.

ఉ. వారల బాధ వాపగను వచ్చినవాదులు తప్పిపోవగా
నారమణీమణిన్ వెదుకనై యిటు వచ్చితి వచ్చె నాకిటుల్
భూరమణాళిపూజ్యుడ! యపూర్వభవద్వచనామృతంబులన్
సారము గ్రోలగా మరల చయ్యన వచ్చెద రేప యేగెదన్. 105.

వ. అన విని జయవర్ధనుండు మందహాసంబున మెల్లగ నిట్లనియె. 106.

ఉ. మీదగు బుద్ధిజాతికిని మీదగు మంచికి మీదు శక్తికి
న్మోదము నందకుందునె? యమోఘముగా నెవడేని యంచు నా
వేగన మాచరించి యిది వేసటగా దలపోయబోక నా
మోదము నంది మాభవనమున్ మముబూతముజేయ రండన్న 107.

క. సరియే యన సుదనుం డప్పు
డరుగంగా సాగినార లయ్యిరువు రహా
యరిగిన హేమయు నింటన్
త్వరగా ముస్తాబు నంది తత్తరపడుచున్. 198.

ఉ. ఎప్పుడు వచ్చునో రమణు డెప్పుడు నేనెదురేగి కౌగిటన్
జొప్పడ జేతునో మదిని జొచ్చిన తజ్జయకౌతుకంబు పెం
పొప్పనుతింతునో ప్రియుడ మొప్ప కవుంగిట గూర్చి సుద్దులన్
జెప్పుచు ముద్దు వెట్టుకొని చెచ్చెర నెన్నడు గారవింతునో. 109.

క. స్వరమా! తానమ! నెరవా!
సరి విషమంబుల బలికెడి షట్పల్లవిసరా
శరమా? పాడగ నొకటికి
సరియేమో సుదను డనుట శారద యేమో. 110.

తే. గీ. అనుచు జింతించుచుండె పర్యంకశయన
యగుచు నింతలోన జయుడె యగపడంగ

నెదుర జన నేచి సిగ్గు నుయ్యాందువవస
కెదుట ప్రత్యక్షమయ్యె నామగను కంత 111.

ఉ. చీరల గాంచి యాయలిన బతియు సిగ్గును సంభ్రమింపగా
కోరగ లేచి నిల్వబడె యుబ్బెడి పిబ్బెపుగుబ్బవోయిపై
చీర ఘటించి కాంతా ముఖసీమను నోరగ జూచుచుండగా
సూరిమనంబు విప్పసెగ సోన లక్ష్మపతాక గరాగ నాన. 112.

క. జయు సోమదనుని బిల్చుచు
నయమున సమ్మానమిచ్చి నారీమణితో
బ్రియసఖు జరుదెంచె నినున్
నయమున గని యేగు కాంత రాణివాసా. 113.

క. కావున నో భామిని! యే
భావము మదియందు నిడక పల్కుము ప్రీతిన్,
నాపుము చిన్నతనంబున
నేవిధ మాట్లాడ నోడి యున్నన సడకన్. 114.

క. అన్నా! సన్నుతచర్యుని
సన్నిధి మన పిన్ననాటి చర్యల నెల్లన్
మన్నించి పూసగుచ్చిన
చెన్నున నుకువంగ పలయు జెచ్చెర విప్రున్. 115.

క. ఇంకొక కోరిక వినుమీ
పంకిలమై దనరు నీదు ప్రితనపుబుద్ధిన్
సంకోచింపక వీడ్కొని
ఖుంక నన్నను భగినిసెంచుము సుదిలోన్. 116.

క. ఇందుల కొప్పిన యప్పుడే
పొందుగ భాషింపు మనుచు ముద్దియ పలుకన్

మెండుగఁ గాంచినయప్పుడే
డెందమున సాధ్వసాన డిల్లపడి యంతటన్. 117.

క. మదనుఁడు లజ్జ గ్రుంకుచును మానస మొప్పగ సోదరీమణీ
యిదివరకే మదీయహృదయేప్సిత మెల్లను మాఱిపోయె నీ
మది గల వేదన న్విడిచి మాన్యత సోదరభావ మూనుమా
యుదిత దయార్ద్రచిత్తవయి యోర్చుమ నాదగుతప్పు సైపుమా.

ఉ. నీదు నదృష్ట మెంతని గణించి నుతింతును? నీదు భర్తను
న్మాదిరి వచ్చు శక్తిగల మానిసి యీ భువినిన్ గలుగ్గ దా
మోదగు పొందుగొందు రమ పోలిక నీశ్వరు నీవు జేసి గో
నాఁడట గౌరి తాబడసినట్టి సతీమణి బోలె దీవునన్. 119.

వ. అని బహుభంగుల నుతించు మంత్రిపుత్రిని రాజపుత్రి ప్రహర్ష
జనితపులకలలితగాత్రియై వివిధంబుల గౌరవించి క్రమంబున మాతా
పితృబంధుహితపరివారంబుల వేర్వేఱ నడిగి స్వీయపవిత్రచిత్రచరి
త్రమును, తదాసీంతనభీతికుశలమహానందాశ్చర్యసంభ్రమావిర్భావా
దులనుం దెలిపి, స్వయంగ్రహవరనిర్ణయబుద్ధివిశేషచాకచక్యంబు
లును, తదీయాద్వితీయసర్వశాస్త్రప్రవేశంబును, తదీయగానశాస్త్ర
నర్గళగళవిశేషప్రాలపల్లవ్యాదపముల్లాసనంబులను, బొగడిబొగడి.

తే. గీ. ఈయదృష్టంబునకు నీవ హేతు వనుచు
లేకయుండిన నాకు నీరీతిభర్త
దొరకునే యంచు నేమేమొ తోయజాస్య
పలుక జయుఁడు మదనుతోడ బల్కె నిట్లు. 121.

తే. గీ. పొద్దుపోయెను మాయింట భోజనంబు
జేయు మనిన నట్లు గా జేసి లేచి
పోయి పండెద రేపు నే బోయి యూగ్ర
యధ్వజునితోడ వచ్చెద నంచు జెప్పె. 122.

చ. నగము గతించె రే యమృతనాంద్రకరంబుల చాఁపఁ జాపె యీ
జగముల నెల్ల మోహమయసాగరమందున ముంచి చూచుచున్
ఖగతుడు నింపుచందురుడు కాంతిలుచుండెను లోక మెన్నగా
నగపడు తత్పరిస్థితుల నాత్మపరిజ్ఞ మనంబు త్రైవడిన్. 123.

చ. మదనుని సాగనంపగను మానిని! యాజయవర్ధనుండునున్
పదవిని జేరి రానగరుపంకకు నూటు గజంబు లేగి యాతని
న్పదిలమటంచు వీడ్కొలిపి వచ్చెడి త్రోవను భూసురుండు నా
మదగజయానతో ననెడి మాటల విన్నను మోద మయ్యెడిన్. 124.

ఉ. పర్వపుచంద్రబింబమున బల్మరు నంకల సన్నజాలు నీ
హార్వాగు నెమ్మొగమ్ము గని యాత్మ విధుంతుదు డెంచి భీతిచే
నుర్వికి చేరినట్టి విధుడో! యని యేమి యుపద్రవంబు కై
బర్వెనొ! చెప్పజాల చెలి! నైళిమ యేగును యింటిలో సఖిన్. 125.

చ. అనియెడు వాణివల్లభుని యాదరపూర్వకమైన వాక్కులన్
విని ముదమంది హాసమును వెల్వెడ "మీరు మదీయవృత్తము
న్మనమున శంక జేయుటలు మాని, ననుం గొన నా యదృష్ట మే
మని యెద; నన్ను బోలు సఖియా, రతియా, నహేయా, దయామయా.

మ. మరునా డంతట సూర్మ్యయధ్వజుడు సన్మంత్రిజ్ఞులు న్మిత్రులున్
వర సేనానివహంబులు న్మదనుడు న్వర్తింప దోడ్తోచు దా
నరుదెంచె న్మరిపంపుగూడు గనగా నౌత్సుక్యమున్ జేసి, యీ
సరణిం బొ విని రామకాంతుడు సముత్సాహంబు పెంపారగా. 127.

కం. జయవర్ధనుడును దానును
నయమున నెదురుగను బోయి నానావిధులన్
కయిసేసి కంకణాధిపు
ప్రియపుత్రిక జేర్చిరపుడు వేడుక మెఱయన్. 128.

ఉ. ఊర్మిళయు కేతుమం స్మృతియు నుత్తమ హేమ యయు సంత గాంచి లో
శర్మము నంది కూతుగని చయ్యన గౌగిట జేర్చి బాష్పముల్
నర్మిలి జేసి కాల్వలయి నాతి వలన్ దడపంగ జొచ్చె మేల్
ఘర్మజలంబుబిందువుల గాత్రము లత్తఱి మున్గె చిత్రడిన్. 129.

మ. అల నా ముప్వురు నాల్గుగైదు నిముసాల్లై విచారంబునన్
పలుకంజాలక యుండ హేమ యను “నీపాపాత్మురాలిన్ నన్నున్
తిలకింపంగను వచ్చినారె యిటు ప్రీతిం జేసి యోతండ్రి! నా
వలనన్ మీకొనగూడె దుఃఖములు జీవంబేల? ఛీఛీ” యనన్ 130.

క. అమ్మా! యిట్లనియెద వే
మమ్మా! కంటి కగపడితి వంతియ చాలున్
సమ్మోద మయ్యె వగవకు
ముమ్మాటికి నమ్ము మంచు ముదుసలు లనునన్. 131.

వ. కూతు నాశ్వాసించి పదంపడి యితరప్రస్తావనమున నూర్మిళయు కే
తుం డిట్లనియె. 132.

చ. చిలుకయు గోరువంకయటు చిన్నెలు వన్నెలు గల్గి రూపవి
ద్యలు సమానులై యొకరియం దొకరెంతయు ప్రేమముంచు ని
ర్మలమిథునానురూపముగ మానుషవృత్తికి నాథుని న్దయం
జూచి యొసంగుమా యని విధాత ననేకవిధాల వేడితిన్. 133.

క. కూతు మునుముకన్నన్ జా
మాత ముదంబై ముఖి మాచు ముద దోచెసి ని
ర్వృతిస్నేహయము లిప్పుడు
చేతము కల్పించనంద చిగురొత్తె దగన్. 154.

వ. నిన్నటిదినంబున మనమందు గాచెంత కరుదెంచి మీచరిత్రంబు
నెల్ల జెప్పుచు. 135

www.ingramcontent.com/pod-product-compliance
Lightning Source LLC
LaVergne TN
LVHW080005230825
819400LV00036B/1253
9781178669145